ചൈനീസ് മഞ്ഞ

chineese manja
stories
•
midhun krishna
•
first edition
november 2018
•
second edition
december 2019
•
typesetting & published
chintha publishers, thiruvananthapuram
•
illustration
abhilash thiruvoth
•
cover
sanal kumar

Distribution
DESHABHIMANI BOOK HOUSE
H O Thiruvananthapuram 695035
phone: 0471-2303026, 6063026
Email: chinthapublishers@gmail.com
Website: www.chinthapublishers.com

Branch
Head Office Kunnukuzhi • Statue Thiruvananthapuram • KSRTC Bus Station Alappuzha • KSRTC Bus Station Ernakulam • Machingal Lane Thrissur • IG Road Kozhikode • Mavoor Road Kozhikode • NGO Union Building Kannur • Central Bus Terminal Complex Thavakkara Kannur

CR - 2149 / 5172
ISBN - 978-93-87842-96-0

ചൈനീസ് മഞ്ഞ

(കഥകൾ)

മിഥുൻ കൃഷ്ണ

ചിന്ത പബ്ലിഷേഴ്സ്
തിരുവനന്തപുരം-695 035

മിഥുൻ കൃഷ്ണ

കോഴിക്കോട് ജില്ലയിലെ പേരാമ്പ്രയിൽ ജനനം. കരിമ്പനാലയം ബാലകൃഷ്ണന്റെയും നാരായണിയുടെയും മകൻ. ഇംഗ്ലീഷ് സാഹിത്യത്തിൽ ബിരുദവും പത്രപ്രവർത്തനത്തിൽ ബിരുദാനന്തര ഡിപ്ലോമയും. *ദേശാഭിമാനി*യിൽ സബ് എഡിറ്റർ. നേരത്തെ *ദീപിക, സിറാജ്* പത്രങ്ങളിലും പ്രവർത്തിച്ചു. നവമാധ്യമ സമിതി കഥാപുരസ്കാരം (*ചൈനീസ് മഞ്ഞ*), ഗീവർഗീസ് ദേവസ്യ പത്രപ്രവർത്തന അവാർഡ്, ബെഫി അഖിലേന്ത്യാ ഷോർട്ട് ഫിലിം അവാർഡ് എന്നിവ ലഭിച്ചു. *ലോങ്ബെൽ* ഷോർട്ട് ഫിലിം സംവിധാനം ചെയ്തു. *വൺ ടു ത്രി, ഒരുജാതി മുട്ടായി* എന്നീ നാടകങ്ങളുടെ രചനയും സംവിധാനവും നിർവ്വഹിച്ചു.

ഭാര്യ : ടി കെ ഷിജില
മക്കൾ : നവനിത കൃഷ്ണ, നൈതിക് കൃഷ്ണ
സഹോദരൻ: ജിമിൻ കൃഷ്ണ.
ഫോൺ : 9633049191
ഇ-മെയിൽ : midhunrain@gmail.com

ഉള്ളടക്കം

സമർപ്പണം

കഥകൾ പറഞ്ഞുതന്ന അച്ഛന്;

കഥകൾ കുറിച്ചുതന്ന അനന്തപുരിക്ക്...

പ്രസാധകക്കുറിപ്പ്

“**പ്ലാ**സ്റ്റിക് പേപ്പറിന്റെ പരന്ന പ്രതലത്തിൽ മദ്ധ്യത്തിലായി ചൈനീസ് മഞ്ഞ നീളത്തിൽ അയച്ച് കെട്ടുമ്പോൾ മൂക്കുകയർ പൊട്ടിപ്പോയ ബന്ധങ്ങൾ അയാളെ വിറളിപിടിപ്പിക്കും. പഴയ വീഡിയോ കാസറ്റിന്റെ റീലുകൾ നീളത്തിൽ തുണ്ടമാക്കി പട്ടത്തിന്റെ വാലായി ചേർത്തുവയ്ക്കുമ്പോൾ കൈകൾ വിറയ്ക്കും. കുടുംബകോടതിയിൽ ഭാര്യ തന്നെ മുറിച്ചിട്ടു പോയത് ഓർത്ത് അയാൾ അടുത്ത പട്ടത്തിന്റെ പണി തുടങ്ങി.”

മലയാള ചെറുകഥയുടെ ശക്തമായ ലോകത്തേക്ക് ചൈനീസ് മഞ്ഞയുമായി ഒരു യുവ എഴുത്തുകാരൻ എത്തുന്നു. വാക്കുകളിൽ വാളുകളിലെന്നപോലെ ചോരയുറയുന്നു. പ്രകാശം ചോർന്നുപോകുന്ന കാലവീഥികളിലൂടെയുള്ള പ്രയാണങ്ങളാണ് മിഥുൻ കൃഷ്ണയുടെ കഥകൾ. പെൺജീവിതങ്ങൾക്ക് കർത്തൃത്വത്തിലേക്കു കുതിക്കാൻ വഴിയൊരുക്കുകയാണീ കഥകൾ. ഇന്നത്തെ അമ്പേ നിദ്രയിലല്ല. നാളത്തെ പ്രകാശമാനമായ ആകാശത്തിലേക്കാണ് ഈ കഥകൾ നമ്മുടെ പ്രജ്ഞയെ ഉണർത്തുന്നത്.

ചിന്ത പബ്ലിഷേഴ്സ്

ആമുഖം

വായന എനിക്ക് ഒരന്വേഷണമാണ്; ഈ ജന്മം ചെന്നെത്താൻ കഴിയാത്ത ലോകങ്ങളിലേക്കും അനുഭവങ്ങളിലേക്കും അറിവിലേക്കുമുള്ള വഴിതേടൽ. ഇനിയും അറിയാത്ത അപരത്തെക്കുറിച്ചുള്ള അന്വേഷണം. ഒരുപാട് അറിയാനുണ്ടെന്ന തിരിച്ചറിവിൽനിന്നും ഉരുത്തിരിഞ്ഞ ഒരു യാത്ര. നാലു ചുവരുകളുടെ പുറത്തേക്കുള്ള അനുസ്യൂതമായ ഒഴുക്ക്. അത് എന്റെ വീക്ഷണങ്ങളെ സ്വാധീനിക്കുന്നു. നിലപാടുകളെ പരുവപ്പെടുത്തുന്നു. ജീവിതത്തെ ഉരുവപ്പെടുത്തുന്നു.

എഴുത്ത് എന്റെ അനുഭവങ്ങളുടെ, കാഴ്ചകളുടെ, ചിന്തകളുടെ രേഖപ്പെടുത്തലും ഞാൻ മുന്നോട്ടുവയ്ക്കുന്ന ആശയങ്ങളുടെ അടയാളപ്പെടുത്തലുമാണ്. വിഖ്യാത എഴുത്തുകാരൻ ജോർജ് ലൂയിസ് ബോർഹസ് പറയുന്നതുപോലെ എഴുത്തുകാർ മരിച്ചുകഴിഞ്ഞാൽ പുസ്തകങ്ങളാകും. തരക്കേടില്ലാത്ത ഒരു അവതാരമാണത്.

എഴുത്ത് എന്റെ സ്വാതന്ത്ര്യപ്രഖ്യാപനം കൂടിയാണ്. അതിരുകളില്ലാത്ത ഒരു ലോകം അത് എനിക്ക് സമ്മാനിക്കുന്നു. എന്റെ വികാരങ്ങളും വിചാരങ്ങളും കാമനകളും വീക്ഷണങ്ങളും അർത്ഥഗർഭമായ മൗനവും കുറിച്ചുവയ്ക്കാനുള്ള ഇടം. ഏകാന്തതയിൽനിന്നും കഥാപാത്രങ്ങളിലേക്കുള്ള രക്ഷപ്പെടൽ. അത് ചില തെന്നിമാറലുകളുടെ ആഞ്ഞുപുല്കലാകും. ആശയങ്ങളുടെ ആകാശം പകുത്തുകൊടുക്കലാകും. ഒറ്റപ്പെട്ടവന്റെ ഇണ തേടലാകും. ഇഷ്ട വർണ്ണങ്ങളുടെ ചിത്രമെഴുത്താവും. വായനയിലൂടെ ഞാൻ അന്വേഷിക്കുമ്പോൾ എഴുത്തിലൂടെ ഞാൻ വഴി തേടുന്നു. സർവ്വതന്ത്ര സ്വതന്ത്രമായ ലോകത്തിലേക്കുള്ള വഴി...

ഇതെന്റെ ആദ്യപുസ്തകമാണ്. മൂന്നരവയസ്സുകാരിയായ മകളെ വിട്ട് നാട്ടിൽനിന്നും തിരുവനന്തപുരത്തേക്ക് സ്ഥലംമാറ്റംകിട്ടി വരുമ്പോൾ

വലിയ സങ്കടമായിരുന്നു. ശൂന്യതയായിരുന്നു. ആ ശൂന്യതയിലേക്ക് നിരവധിപേർ കയറിവന്നു; കഥാപാത്രങ്ങളുടെ രൂപത്തിൽ, ആശയങ്ങളുടെ രൂപത്തിൽ. കഥ പറയുന്നതിനേക്കാൾ സംതൃപ്തി എഴുതുമ്പോഴാണ്. അങ്ങനെ സംഭവിച്ചതാണ് ഇതിലെ കഥകൾ. വിവിധ ആനുകാലികങ്ങളിൽ പ്രസിദ്ധീകരിച്ചവയാണ് ഇവ.

ഈ സമാഹാരം പുറത്തിറക്കാനും കഥകൾ വായിച്ച് തെറ്റുകൾ തിരുത്താനും സഹായിച്ച സുഹൃത്തുക്കളായ ഗിരീഷ് ബാലകൃഷ്ണൻ, സുനീഷ് ജോ, പ്രശാന്തി അമരാവതി, റിയാസ് മുഹമ്മദ്, ടി കെ ഷിജില എന്നിവരോടും ചിത്രങ്ങൾ വരച്ച് തന്ന അഭിലാഷ് തിരുവോത്തിനോടും കവർ രൂപകല്പന ചെയ്ത സനൽകുമാറിനോടും പുസ്തകം പ്രസിദ്ധീകരിച്ച ചിന്ത പബ്ലിഷേഴ്സിനോടും ഉള്ള കടപ്പാട് വാക്കുകളിൽ ഒതുക്കാൻ കഴിയുന്നതല്ല.

ഈ പുസ്തകം വായനക്കാരുടെ മുന്നിലേക്ക് ഹൃദയപൂർവ്വം സമർപ്പിക്കുകയാണ്.

മിഥുൻ കൃഷ്ണ

ചൈനീസ് മഞ്ഞ

ബീച്ചിൽ പതിവുള്ള തിരക്ക്. അയാൾ ഉയിരുകൊടുത്ത പട്ടങ്ങൾ വാനിൽ പാറിപ്പറക്കുന്നു. ബഹുനിറത്തിൽ മിന്നിത്തിളങ്ങുന്ന വാലുകൾ ഇളക്കി ആകാശംമുട്ടുന്ന ഡയമണ്ട്, ഡെൽറ്റ, ഡൊപേറോ, കിമോണോ പട്ടങ്ങളുടെ രസച്ചരടിൽ കുട്ടികളും മുതിർന്നവരും. ഒടിഞ്ഞുതൂങ്ങിയ വർണ്ണക്കുടയുടെ നിഴൽപറ്റി ചാരുകസേരയിൽ മുറിയൻ പാന്റും ഉച്ചക്കാറ്റ് ഊതിവീർപ്പിച്ച്, ഒരാൾക്ക് കൂടി കയറിനില്ക്കാൻ പാകത്തിലുള്ള ഷർട്ടുമിട്ട് അയാൾ. വീതികൂടിയ നെറ്റിത്തടത്തിൽ ഒറ്റയാന്റെ എടുപ്പുള്ള മുടിനാരുകൾ. പിറവിയിൽത്തന്നെ മൂകനായിരുന്നു അയാൾ. ലൈറ്റ്ഹൗസ് പോലെ, തുരുമ്പിച്ച ഇരിപ്പിടംപോലെ അയാളും ഇന്ന് ഈ നഗരത്തിന്റെ ഭാഗമാണ്.

അന്നുകൊണ്ടുവന്ന പട്ടങ്ങൾ മുഴുവൻ വിറ്റുകഴിഞ്ഞ് ചാരുകസേരയിൽ നിന്നെഴുന്നേറ്റ് ചുട്ടുപൊള്ളുന്ന ചൂടുമണൽത്തരികൾ കൈകളിൽ കോരി അയാൾ മണൽത്തിട്ടയിൽ ഇരുന്നു. കടൽ നുരച്ചുകയറി അയാളുടെ പാദങ്ങളെ തൊട്ടുപോകുന്നു. ബീച്ചിൽ തണൽവിരിച്ച കാറ്റാടി മരച്ചില്ലകളിൽ കുരുങ്ങിയ പട്ടത്തിന്റെ ചരടിൽ പിണഞ്ഞു ജീവൻ അറ്റുപോയ പ്രാവിന്റെ കുഞ്ഞുങ്ങളുടെ കരച്ചിൽ ഏതോ മരച്ചില്ലകളിൽനിന്നും. അയാൾ എഴുന്നേറ്റു. ഇല്ല...ജീവനറ്റ പ്രാവിന്റെ ജഡം ഒറ്റ മരക്കൊമ്പുകളിലുമില്ല. നിസ്സംഗതയോടെ അയാൾ വീണ്ടും മണൽത്തിട്ടയിൽ ചെന്നിരുന്നു. പൊള്ളൽമാറിയ, മുട്ടോളമെത്തിയ കടൽത്തിരകളൊന്നിൽ നനഞ്ഞുകുതിർന്ന മണൽത്തരികൾ അയാളുടെ കൈകൾക്ക് എളുപ്പം വഴങ്ങിതുടങ്ങി. നീണ്ടുവിടർന്ന കണ്ണുകൾ, നീണ്ട ക്യാരറ്റ് മൂക്ക്, തുടുത്ത ചുണ്ടുകൾ...അത് ഒരു സ്ത്രീ രൂപമായി മാറ്റപ്പെട്ടു. കരതൊടുമ്പോൾ തലതാഴ്ത്തുന്ന കൂറ്റൻ തിരമാലകൾക്ക് അരികിൽനിന്ന് അയാൾ

അതിന്റെ ഭംഗി ആസ്വദിച്ചു വേണ്ട മിനുക്കുപണികൾ നടത്തി. കാണികളുടെ പോക്കറ്റുകളിൽനിന്ന് പത്തിന്റെയും ഇരുപതിന്റെയും നോട്ടുകളും ചില്ലറത്തുട്ടുകളും ആ മണൽസുന്ദരിയുടെ മാറിടത്തിന് താഴെവിരിച്ച ടർക്കിത്തുണിയിൽ വന്നുപതിച്ചു. കുന്തിച്ചിരുന്ന് ശില്പത്തിന് താഴെ മണൽവിരിപ്പിൽ അയാൾ ചൂണ്ടുവിരലമർത്തി എന്തോ കുറിച്ചിട്ടു. കാണികൾ അത് വായിച്ചെടുക്കാൻ വിഫലശ്രമം നടത്തവെ വർണ്ണക്കുടയും ചാരുകസേരയും പ്ലാസ്റ്റിക് കൂടും മടക്കിയെടുത്ത് അയാൾ ബീച്ചിന് പുറത്തെ ഇരുട്ടിലേക്ക് നടന്നു.

മാഞ്ഞുപോയ സീബ്രാലൈനിൽ തപ്പിത്തടഞ്ഞ് അയാൾ ബീച്ച് റോഡിന് അഭിമുഖമായിനില്ക്കുന്ന ചന്ദ്രുവിന്റെ ഇറച്ചിക്കടയുടെ മുറ്റത്തേക്ക് കയറി. പ്രായം ചിലന്തിവലപോലെ പന്തലിച്ച് കടയുടെ മുറ്റത്ത് തണൽവിരിച്ച ആൽമരത്തിന്റെ ചില്ലകളിൽ കുടുങ്ങിയ പട്ടങ്ങൾ കടൽ നിറച്ചെത്തിയ തണുത്തകാറ്റിൽ അന്ത്യശ്വാസംവലിക്കുന്നവന്റെ നെഞ്ചിൻകൂട് കണക്കെ ഉയർന്നുപൊങ്ങിക്കൊണ്ടിരുന്നു. അയാൾ ഇരുട്ടിന്റെ മറപറ്റി കടയിലേക്ക് ചൂഴ്ന്നുനോക്കി. ഇറച്ചിവെട്ടുകാരൻ ചന്ദ്രു കടപൂട്ടാനുള്ള തയ്യാറെടുപ്പിലാണ്. ടാപ്പിൽനിന്നും ബക്കറ്റിൽ വെള്ളമെടുത്ത് അറവുകത്തിയിലെ രക്തകറകൾ കഴുകി ചന്ദ്രു മേശപ്പുറത്ത്വെച്ചു. കണക്കുപുസ്തകം തുറന്ന് അന്ന് കൊന്നുവിറ്റ കോഴിയുടെയും പോത്തിന്റെയും ആടുകളുടെയും എണ്ണം എഴുതിവെച്ച് ചന്ദ്രു കടയുടെ ഷട്ടർ താഴ്ത്തി താഴിട്ടു. പുറത്ത് ഇരുട്ട് പറ്റിനിന്ന അയാൾ ചന്ദ്രുവിന് കാണാനെന്നോണം വെളിച്ചത്തിലേക്ക് രണ്ട് അടിവെച്ചു. ആൽമരച്ചില്ലകളിൽ ചത്തുമലച്ചതുപോലെ ചൈനീസ് മഞ്ഞയിൽ തൂങ്ങിയാടുന്ന പട്ടങ്ങളിൽ അസ്വസ്ഥതയോടെ കണ്ണോടിച്ച് ചന്ദ്രു മുഖം കറുപ്പിച്ചു. കുടയും ചാരുകസേരയും പിന്നിലേക്ക് ഒളിപ്പിച്ച് അയാൾ മുഖംതാഴ്ത്തി. ചന്ദ്രു മുഖമെടുത്തെറിഞ്ഞ് തുണിയിൽപ്പൊതിഞ്ഞ വെട്ടുകത്തി വീശി റോഡിലേക്ക് ഇറങ്ങിപ്പോയി.

ആലിലക്കൊമ്പുകളിൽ തട്ടി ചിതറിത്തെറിച്ച നിലാവിന്റെ തുണ്ടുകൾ വീണുപിടയുന്ന കടവരാന്തയിൽ, താഴിട്ട ഷട്ടറിന് സമീപമുള്ള ഭാണ്ഡക്കെട്ടിനരികിൽനിന്നും കറുപ്പുംവെളുപ്പും പുള്ളികളുള്ള പൂച്ച കടയുടെ പിന്നാമ്പുറത്തേക്ക് ഓടിപ്പോയി. അയാൾ ചാരുകസേരയും കുടയും ഷട്ടറിനോട് ചേർത്തുവെച്ചു. ഇവിടെ സ്ട്രീറ്റ്ലൈറ്റിന്റെ അരണ്ടവെളിച്ചത്തിൽ ഇരുന്നാണ് അയാൾ ആകാശത്ത് നെഞ്ച് വിരിച്ച് പറക്കാറുള്ള പട്ടങ്ങൾ നിർമ്മിക്കാറുള്ളത്. ഈർക്കിൽ ചാപമായി വളച്ചുവെക്കുമ്പോൾ സ്വന്തം ജീവിതം അയാൾ ഓർത്തുപോകും. ചാപത്തിന് മദ്ധ്യത്തിലായി മറ്റൊരു ഈർക്കിൽ വിലങ്ങനെ കെട്ടിവെക്കുമ്പോൾ ഒറ്റയായിപ്പോയതോർത്ത് കണ്ഠമിടറും. ഈർക്കിലുകൾക്ക് മുകളിൽ പ്ലാസ്റ്റിക് പേപ്പർ പശവെച്ചു ഒട്ടിച്ചുവെക്കുമ്പോൾ ജന്മം തന്നവർ കയറി

വരും. കൂടുതൽ ബലത്തിനായി ഈർക്കിലിന്റെ അറ്റങ്ങളിൽ നൂൽകെട്ടി വയ്ക്കുമ്പോൾ കുട്ടിക്കാലം വരിഞ്ഞുമുറുക്കും. പ്ലാസ്റ്റിക്പേപ്പറിന്റെ പരന്ന പ്രതലത്തിൽ, മദ്ധ്യത്തിലായി ചൈനീസ് മഞ്ഞ നീളത്തിൽ അയച്ച് കെട്ടുമ്പോൾ മൂക്കുകയർ പൊട്ടിപ്പോയ ബന്ധങ്ങൾ അയാളെ വിറളിപ്പിടിപ്പിക്കും. പഴയ വീഡിയോ കാസറ്റിന്റെ റീലുകൾ നീളത്തിൽ തുണ്ടമാക്കി പട്ടത്തിന്റെ വാലായി ചേർത്തുവയ്ക്കുമ്പോൾ കൈകൾ വിറയ്ക്കും. കുടുംബ കോടതിയിൽ ഭാര്യ തന്നെ മുറിച്ചിട്ടുപോയത് ഓർത്ത് അയാൾ അടുത്ത പട്ടത്തിന്റെ പണിതുടങ്ങും. സ്ലഡ്, ഡയമണ്ട്, വിമാനത്തിന്റെ ആകൃതിയിലുള്ള ഡോവൽ സോഡ്, റോക്കാക്കു, ഡെൽറ്റ, റോളർ, ബാൻഡോർ, ഡൊപേറോ, കിമോണോ മോഡലുകളിലുള്ള പട്ടങ്ങൾക്ക് അയാൾ ജന്മം നല്കും.

പട്ടത്തിന്റെ ചരടായി ഉപയോഗിക്കുന്ന ചൈനീസ് മഞ്ഞയും അയാൾ തന്നെയായിരുന്നു നിർമ്മിച്ചിരുന്നത്. ബീച്ചിൽ പട്ടംപറത്തൽ മത്സരത്തിൽ അയാൾ നിർമ്മിച്ച് നല്കുന്ന പട്ടമാണ് വിജയിക്കാറുള്ളത്. അയാൾ മൂക്കുകയറായി ഉപയോഗിക്കുന്ന ചൈനീസ് മഞ്ഞയ്ക്ക് നല്ല ഉറപ്പായിരുന്നു. ഗ്ലാസ് പൗഡറും പശിമയുള്ള ധാന്യവും വെള്ളവുംചേർത്ത് ചൂടാക്കി കോട പരുവത്തിലാകുന്ന മിശ്രിതത്തിൽ നൂല് മുക്കിയെടുക്കുമ്പോൾ, നല്ല ഉറപ്പുള്ള, എതിരാളിയുടെ പട്ടത്തിന്റെ നൂലിനെ അരിഞ്ഞുവീഴ്ത്താൻ കെല്പുള്ള മൂർച്ചയുള്ള ചൈനീസ് മഞ്ഞയായി അത് മാറും. മരക്കമ്പുകളിൽ കുടുങ്ങുന്ന ആ ചൈനീസ് മഞ്ഞയുടെ മൂർച്ചയിലാണ് പരുന്തും കാക്കയും പ്രാവും അടക്കമുള്ള വലിയ പക്ഷികൾ പിടഞ്ഞുവീഴാറുള്ളത്.

ചായ്പ്പിന് പുറകുവശത്ത് കമ്പോസ്റ്റ് കുഴിയിൽ എല്ലിൻകഷണങ്ങളിൽ ഒട്ടിക്കിടന്ന മാംസച്ചീളുകൾക്കായി നായ്ക്കൾ കടിപിടികൂടുന്നതിന്റെ മുഴക്കം. ഭാണ്ഡക്കെട്ടെടുത്ത് അഴിച്ചു നരകയറിയ ഡോവൽ സോഡ് പട്ടമെടുത്ത് അയാൾ ഷട്ടറിൽ തൂക്കിവെച്ചു. തന്നിലെ വൈദഗ്ദ്ധ്യത്തിന്റെ മധുരിക്കുന്ന ഓർമ്മയായ ആ പട്ടം നോക്കിയാണയാൾ എന്നും ഉറങ്ങാറുള്ളത്. ഏഴ് വർഷംമുൻപ് ഉത്തരേന്ത്യക്കാരനായ ഒരു യുവാവുമായി പന്തയംവെച്ച് ഒരു മിനിറ്റുകൊണ്ട് നിർമ്മിച്ച പട്ടമാണത്. അഞ്ച് മിനിറ്റ് കൊണ്ടായിരുന്നു സാധാരണ അയാൾ പട്ടം നിർമ്മിച്ചിരുന്നത്.

ചന്ദ്രുവിന് അന്ന് രാത്രി ഉറക്കം വന്നില്ല. ആ സ്വഭാവത്തിന്റെ എരിവും പുളിയും കൃത്യമായി അറിയുന്നതുകൊണ്ട് എന്തെന്ന് ചോദിക്കാതെ ശാന്തി പുതപ്പിന്റെ ഇരുട്ടിലേക്ക് തലവലിച്ചു. വിവാഹം കഴിഞ്ഞിട്ട് ഒൻപതുവർഷമായി. ചന്ദ്രുവിന്റെ സ്വഭാവത്തിന്റെ കടുപ്പത്തിന് ഒരു കുറവുമില്ല. അന്നാട്ടിലെ ഏക ഇറച്ചിവെട്ടുകാരൻ കുഞ്ഞാപ്പുവിന്റെ മകന് സുന്ദരിയായ മകളെ വിവാഹംചെയ്തുകൊടുക്കാൻ ശാന്തിയുടെ അച്ഛൻ നാരായണന് യാതൊരു ശങ്കയുമുണ്ടായിരുന്നില്ല. “സ്വന്തമായൊരു ഇറച്ചി

ക്കട; അതിലും നല്ല ബിസിനസ് എന്തുണ്ട്? മനുഷ്യനുള്ള കാലത്തോളമുള്ള പണിയാ അവന്. മനുഷ്യനുണ്ടായ കാലംതൊട്ടുള്ള പണി. പിന്നെന്ത് പേടിക്കാനാണ്." അച്ഛൻ പറഞ്ഞ വാക്കുകൾ ആപാദചൂഡം മൂടിയ പുതപ്പിനെ തുളച്ച് അപ്പോഴും ശാന്തിയുടെ കാതിനെ അലോസരപ്പെടുത്തി. പണമാണ് ജീവിക്കാൻ വേണ്ടതെന്ന മരംവെട്ടുകാരനായ നാരായണന്റെ പ്രാക്ടിക്കൽ വാദം പ്രീഡിഗ്രിക്കാരിയായ ശാന്തിയുടെ എതിർപ്പിനെ ഖണ്ഡിക്കുന്നതായി. കോളേജ് വിട്ടുവരുമ്പോൾ ഇറച്ചിക്കടയ്ക്കു മുന്നിൽനിന്ന് വെട്ടുകത്തി രാകിമിനുക്കുന്ന ചന്ദ്രുവിനെ അവൾ ഒന്നുരണ്ടുവട്ടം കണ്ടിട്ടുണ്ട്. മുഴുത്ത പോത്തിനെയും പശുവിനെയും മറ്റും നോക്കുന്നതുപോലെയാണ് അയാൾ സ്ത്രീകളെ തുറിച്ചുനോക്കിയിരുന്നത്.

വിവാഹനിശ്ചയം കഴിഞ്ഞുള്ള നാളുകളിൽ കോളേജിൽപോകുന്ന അവളെ കാണുമ്പോൾ ഇറച്ചിക്കടയിൽനിന്നും ചന്ദ്രു ഒരു മയവുമില്ലാതെ ചിരിച്ചു. കടയിൽ കുഞ്ഞാപ്പുവില്ലാത്ത ഒരു ദിവസം ചോരപ്പൂക്കൾ നിറഞ്ഞ മുണ്ടുംമാടിക്കുത്തി ചോരയിറ്റുന്ന വെട്ടുകത്തിയും പിടിച്ച് ചന്ദ്രു ശാന്തിയെ കണ്ടയുടനെ ഓടിവന്നു. ഇന്ന് ഉച്ചയ്ക്ക് കോളേജ് വിട്ടുവരുമ്പോൾ ഒന്നുകടയിലേക്ക് വരണമെന്ന് പറഞ്ഞ് തിരികെപ്പോയി. വിവാഹംകഴിയും മുൻപ് അയാൾ പറയുന്നത് കേൾക്കണോ, കടയിലേക്ക് പോകണോ എന്ന ചിന്തയിലായിരുന്നു ശാന്തി. "നീ പോകണം... നാളെ നിനക്ക് ചെല്ലിനും ചെലവിനും തരേണ്ട ആളല്ലേ... വിവാഹം കഴിഞ്ഞാൽ നിനക്ക് അവനേ കാണൂ. പിന്നെ ഇറച്ചിവെട്ട് ചന്ദ്രുവിന്റെ ജോലി അല്ലേ... മനുഷ്യരെയല്ലല്ലോ അവൻ കൊല്ലുന്നത്? മൃഗങ്ങളെയല്ലേ. ഓരോ ജോലിക്കും അതിന്റേതായ മാന്യതയുണ്ട്" ഉറ്റ കൂട്ടുകാരി സിസിലി പറഞ്ഞപ്പോൾ കൂടുതൽ ഒന്നും ആലോചിച്ചില്ല. ആരും കാണുന്നില്ല എന്നുറപ്പുവരുത്തി അന്നുച്ചയ്ക്ക് ചന്ദ്രുവിന്റെ കടയിലേക്ക് അവൾ ഓടിക്കയറി. ചന്ദ്രുവപ്പോൾ തകരപാത്രത്തിൽ മരണനൃത്തമാടിയ കോഴിയുടെ തൊലി മരക്കുറ്റിയിൽവെച്ച് ഉരിഞ്ഞെടുക്കുകയായിരുന്നു. ശാന്തിയെ കണ്ടയുടനെ ചന്ദ്രു കൈ അരികിലുണ്ടായിരുന്ന രക്തപങ്കിലമായ ചുവന്ന വെള്ളത്തിൽ കഴുകി ഉടുത്ത കള്ളിമുണ്ടിന്റെ പിന്നാമ്പുറത്ത് തുടച്ചു. വായ തുറന്ന് ചിരിച്ച് അയാൾ ശാന്തിയുടെ അടുത്തേക്ക് നടന്നു. അവളുടെ ഹൃദയം പെടാപെടാ ഇടിച്ചു. അവൾ കോഴിയെ പോലെ പരുങ്ങി നില്ക്കവെ ചന്ദ്രു അവളെ നിറയെ ചോരപ്പൂക്കൾ കട്ടപിടിച്ച കുമ്മായം തേച്ച ചുമരിലേക്ക് ചാരിനിർത്തി കെട്ടിപ്പിടിച്ചു. ഏതുമൃഗത്തിന്റെ മണമാണ്, ചോരയാണ് ചന്ദ്രുവിന്? അവൾക്ക് ഓക്കാനം വന്നു. അപ്പോഴേക്കും അവൻ അവളെ ദുന്ദുഭിപോലെ നിവർന്നുനിന്ന മരക്കുറ്റിയിൽ ചേർത്തുനിർത്തി. അവന്റെ പല്ലുകൾ അവളുടെ ചുണ്ടിലമർന്നു. അവൾക്ക് എതിർക്കാൻ കഴിഞ്ഞില്ല. മരക്കുറ്റിയുടെ ഓരത്ത് മുറിച്ചുവെച്ച പോത്തിന്റെ

തല താഴെ തറയിലെ ചോരവെള്ളത്തിൽ കനമുള്ള ശബ്ദത്തോടെ വീണു. പുസ്തകങ്ങൾ കൈയിൽനിന്നും തറയിൽ അങ്ങിങ്ങായി തളം കെട്ടിനില്ക്കുന്ന ചോരകുളങ്ങളിൽ വീഴാതിരിക്കാൻ അവൾ നന്നേ ശ്രദ്ധിച്ചു. ചന്ദ്രു അവളെ തന്റെ ശരീരത്തിൽ വിയർപ്പേത് ചോരയേത് എന്നറിയാത്ത പശിമയിലേക്ക് ചേർത്തുനിർത്തി. അവന്റെ പരുത്തകൈ അവളുടെ നിതംബത്തിലും മാറിലും അമരാൻ തുടങ്ങവെ അവൾ കുതറി മാറി പിന്നാമ്പുറത്ത് കണ്ട വാതിലിലൂടെ പുറത്തേക്ക് ഓടി. ചന്ദ്രുവിന്റെ കാമാതുരമായ നോട്ടം ഊടുവഴിയിൽനിന്ന് മറയുന്നതുവരെ അവളെ പിന്തുടർന്നു. ചന്ദ്രുവിന്റെ ചുണ്ടുകൾക്കും ചോരപ്പശിമയാണ്. കോഴി യുടെയും ആടിന്റെയും പോത്തിന്റെയും പശുവിന്റെയും ചോരച്ചിതമ്പലു കൾ മാത്രമേ അവിടെ ഊറിവരുന്നുള്ളൂ. മാർദ്ദവമുള്ള അരക്കെട്ടിലും മുലകളിലും ചന്ദ്രുവിന്റെ കൈകൾ ഇഴയുന്നത് അവൾക്കാദ്യം പേടിയാ യിരുന്നു. കശാപ്പുകത്തിപോലെ മൂർച്ചകൂടി വരുകയാണ് അവന്റെ വിരലു കൾക്ക്. ചില രാത്രികളിൽ അറവുശാലയിലേക്ക് എന്നപോലെയാണ് ചന്ദ്രു കിടപ്പറയിലേക്കും കയറിവരുക. മക്കൾ ഉറങ്ങിയോ എന്നുപോലും നോട്ടമില്ല. ഒന്നോ രണ്ടോ മിനിറ്റ്... ശൗചാലയത്തിൽ എന്നപോലെ കാര്യം സാധിച്ച് തിരിഞ്ഞുകിടന്നുറങ്ങും. ചന്ദ്രു ദേഷ്യപ്പെടുമ്പോൾ ശാന്തിയുടെ ശിരസ്സ് പെരുവിരലുമായി ചാപം വരയ്ക്കും. ആ നെഞ്ചിൽ തലചായ്ച്ച് വർത്തമാനം പറഞ്ഞ് കിടക്കണമെന്നത് അവളുടെ ഇനിയും നടക്കാത്ത മോഹമാണ്. ചന്ദ്രു ഉറക്കത്തിലേക്ക് വീണാൽ അവൾ ജാലകത്തിന് പുറത്തേക്ക് മിഴിനട്ടിരിക്കും; വേലിക്കമ്പിലിരുന്ന് പൂച്ചകൾ വാലുയർത്തി തൊട്ടുരുമ്മുന്നതും കെട്ടിമറിയുന്നതും നോക്കി.

ചന്ദ്രു കമ്പിവടികൊണ്ട് കൂട്ടിലെ അവസാന കോഴിയേയും വലിച്ചു പുറത്തേക്കിടുമ്പോൾ പുറത്ത് പാണ്ടിലോറി വന്ന് സഡൻ ബ്രേക്കിടുന്ന ശബ്ദം. ഡ്രൈവർ മാർട്ടിൻ പുറത്തേക്കിറങ്ങി.

“ചന്ദ്രുവേ ഒരു രക്ഷയുമില്ല. ഇറച്ചിവിലക്കിന് സുപ്രീംകോടതി സ്റ്റേ കൊണ്ടുവന്നിട്ടും കച്ചവടക്കാർക്ക് ധൈര്യമില്ല.”

ചന്ദ്രുവിന്റെ പെരുവിരലിൽനിന്ന് ഈർച്ചവാൾപോലെ എന്തോ ഒന്ന് തലയിലേക്ക് പാഞ്ഞുകയറി. അവൻ കോഴിയുടെ തല മാമരക്കുറ്റിയിൽ വെച്ച് ഒറ്റവെട്ട്.... തലയും ഉടലും വേർപ്പെട്ടു ചോരവാർന്നൊഴുകി. കോഴി ത്തല കടയിലേക്ക് കയറിയ മാർട്ടിന്റെ മുന്നിൽവന്നുവീണു. മാർട്ടിൻ പിന്നോട്ടേക്ക് ആഞ്ഞു.

“നീ എന്നോട് ദേഷ്യപ്പെട്ടിട്ട് കാര്യമില്ല. ഇന്നലെയും ബൈക്കിൽ ഇറച്ചികൊണ്ടുപോയ ആളെ വഴിയിലിട്ട് വെട്ടിക്കൊന്നു... എനിക്ക് പേടിയാ.. വേറെ വല്ല പണിക്കുംപോയാലോന്നാ ആലോചന..” മാർട്ടിൻ ദേഷ്യത്തോടെ പുറത്തേക്ക് ഇറങ്ങി.

ചന്ദ്രുവിന്റെ മുഖത്ത് തെറിച്ച ചോരപ്പാടുകൾ കറുത്തിരുണ്ടു. തകര

പ്പാട്ടയ്ക്കുള്ളിൽ ചിയർഗേളിനെപോലെ ചിറകിട്ടടിച്ച് തല വേർപെട്ട കോഴി പതുക്കെ നിശ്ചലമായി.

എന്തൊക്കെയാണ് ഇവിടെ നടക്കുന്നത്? ആദ്യം പശു അമ്മയാണെന്ന് പറഞ്ഞു. അതിന്റെ പേരിൽ കുറേപേരെ കൊന്നു. പിന്നെ പോത്തിറച്ചി നിരോധിച്ചു. ഇപ്പോൾ എല്ലാ മാംസവും വിലക്കി. എന്താണ് ഇവിടെ സംഭവിക്കുന്നത്. അന്നുവരെ തന്റെ തൊഴിലിനെക്കുറിച്ചും വീടിനെക്കുറിച്ചും മാത്രം ചിന്തിച്ചിരുന്ന ചന്ദ്രുവിന്റെ ചിന്തകൾ പുറത്തേക്കിറങ്ങി. മരണത്തിന്റെ അരണ്ടവെളിച്ചം തളംകെട്ടിനിന്ന മുറിയിൽ ചോരയുറച്ച അവസാനത്തെ മാംസവും തൂക്കി ആവശ്യക്കാരന് എറിഞ്ഞുകൊടുത്ത് ചന്ദ്രു ചോരയൊട്ടുന്ന കൈപ്പത്തികൾ കൂട്ടിത്തിരുമ്മി കടവരാന്തയിലേക്ക് ഇറങ്ങി. മേശപ്പുറത്ത് ഡിസ്പ്ലേ ചെയ്ത ഉടൽവിട്ടുപോയ ആട്ടിൻ തലപോലെ അവൻ നിശ്ശബ്ദനും നിശ്ചലനുമായി. പിന്നാമ്പുറത്തുനിന്നും ഓടിയെത്തിയ പൊക്കമുള്ള നായ ചന്ദ്രുവിന്റെ കാലിൽ തൊട്ടുരുമ്മി സ്നേഹം പ്രകടിപ്പിച്ചു. ചന്ദ്രു ത്രാസിൽനിന്നും ഒരുകഷണം ഇറച്ചിയെടുത്ത് നായയ്ക്ക് എറിഞ്ഞുകൊടുത്തു. നായ സ്നേഹത്തോടെ അത് കടിച്ചെടുത്ത് പിന്നാമ്പുറത്തേക്ക് ഓടി.

കടവരാന്തയോട് ചേർന്ന ആൽമരച്ചില്ലകളിൽ ജീവിതമവസാനിപ്പിച്ച സ്ലഡ് പട്ടത്തിന്റെ ചൈനീസ് മഞ്ഞയിൽ കുരുങ്ങി പിടയുന്ന പ്രാവുകളെ മോചിതമാക്കുന്ന അയാളെ ചന്ദ്രു കണ്ടു. സൂക്ഷ്മമായി, ഒരു പോറൽ പോലും ഏല്ക്കരുതെന്ന ബോദ്ധ്യത്തോടെ മോചിതമാക്കിയ പ്രാവിനെ നെഞ്ചോട് ചേർത്ത് അയാൾ മരത്തിൽനിന്നും ഊർന്നിറങ്ങി. ചന്ദ്രുവിന്റെ മുഖത്തെ കരിമ്പടം ഒരുനിമിഷം അപ്രത്യക്ഷമായി. അയാൾ ചന്ദ്രുവിന് പ്രാവിനെ കൈമാറി. കടവരാന്തയിൽ തന്റെ കിടക്കപ്പായ ഒന്നുകൂടി ഉറച്ചുവെന്ന ആത്മവിശ്വാസമായിരുന്നു അയാളിൽ. ചന്ദ്രു പ്രാവുമായി അറവുശാലയിലേക്ക് മടങ്ങി. ചിറകുകൾ അവസാനമായി വീശി പ്രാവുകൾ മരണത്തിന്റെ കുറുകലിനായി കൊക്കിൽ പരതി.

“ഇങ്ങള് പറഞ്ഞ സാധനം റെഡി. ഇപ്പോൾ വന്നാൽ ചൂടോടെ കൊണ്ടുപോകാം... ആരും അറിയരുത്. റേറ്റ് അല്പംകൂടും'' - ചന്ദ്രു ഫോണിൽ ആരോടോ പറഞ്ഞു.

തകരപ്പാത്രത്തിന്റെ ഇരുട്ടിൽ പ്രാവുകൾ മരണമടയുമ്പോൾ അയാൾ ആൽമരക്കൊമ്പുകളിൽ തൂങ്ങിയാടുന്ന ചൈനീസ് മഞ്ഞകളിലേക്ക് കണ്ണയച്ചു റോഡിലേക്കിറങ്ങി.

സന്ധ്യക്ക്മുൻപേ ചന്ദ്രു വീട്ടിലെത്തിയതെന്താണ് എന്നായിരുന്നു ശാന്തിയും രണ്ടു മക്കളും അടുക്കളയിൽ ഇരുന്ന് ചർച്ച ചെയ്തത്. ചോദിക്കാനും വയ്യ. ചന്ദ്രുവിന്റെ കനംതൂങ്ങിയ മുഖത്ത് ആശങ്കയുടെ പേശികൾ മുറുകുന്നതവർ ജാലകവിടവിലൂടെ പാളി നോക്കി. വന്നതിന് ശേഷം ഒറ്റയിരിപ്പിന് അച്ഛൻ ഒരു പായ്ക്കറ്റ് സിഗരറ്റ് വലിച്ചുതീർത്തെന്ന പുതിയ

വിവരം ഇളയമകൾ പറയാൻ തുടങ്ങിയപ്പോൾ ഉമ്മറത്ത് കേൾക്കാതിരിക്കാൻ ശാന്തി കുഞ്ഞിന്റെ വായപിടിച്ചുപൊത്തി.

ഉമ്മറത്തെ തിണ്ണയിൽവെച്ച കശാപ്പുകത്തിയിൽ എട്ടുവയസ്സുള്ള മൂത്തകുട്ടി കൗതുകത്തോടെ തൊട്ടുനോക്കി. തലമുറകളുടെ തഴമ്പ് പാറപോലെ ഉറച്ച അതിന്റെ പിടിക്ക് മുകളിൽ കത്തിയുടെ വായ്ത്താരി വെട്ടിത്തിളങ്ങി.

"അവിടെ വെച്ചേക്കെടാ" പിന്നിൽ ചന്ദ്രുവിന്റെ ശബ്ദം. കുട്ടി കത്തി താഴെവെച്ച് പിന്നാമ്പുറത്തേക്ക് ഓടിമറഞ്ഞു.

വിറയലോടെ എത്തിയ ഫോണിന്റെ മറുതലയ്ക്കൽ കാറ്ററിങ് സർവ്വീസുകാരൻദിവാകരൻ "നാളെയാണ് മൂന്ന് ഫങ്ഷനും. മൂന്ന് ക്വിന്റലിൽ കുറയരുത്. ഇറച്ചി നിരോധനത്തിന് സുപ്രീംകോടതിയുടെ സ്റ്റേ വന്നല്ലോ. സാധനം എന്തായാലും കിട്ടണം." ദിവാകരൻ പറഞ്ഞു.

"ദിവാകരേട്ടാ... സ്റ്റേ വന്നിട്ടെന്താ, മാടിനെ കിട്ടേണ്ടേ? വില്ക്കാനും വാങ്ങാനും എല്ലാവർക്കും പേടി. ഞാൻ കട പൂട്ടി"- ചന്ദ്രുവിന്റെ ശബ്ദം അടുക്കളയിൽ കേൾക്കാം. ശാന്തി ചെവികൊടുത്തു.

"അതൊന്നും പറഞ്ഞാൽ പറ്റില്ല. മൂന്ന് ക്വിന്റലിനുള്ള പണം എണ്ണിതന്നതാണ്. എഗ്രിമെന്റ് പേപ്പറുംഉണ്ട്. സാധനം കിട്ടണം. അല്ലെങ്കിൽ ഞാനും പിള്ളേരും അങ്ങുവരും" - ദിവാകരൻ കടുപ്പിച്ച് ഫോൺ കട്ട് ചെയ്തു.

ചന്ദ്രു പരിഭ്രമത്തോടെ ഫോണിൽ പലരെയും വിളിക്കുന്നതും നിരാശയോടെ ഫോൺ കട്ടാക്കുന്നതും ജാലകപ്പഴുതിലൂടെ ശാന്തി കണ്ടു. ചന്ദ്രുവിന്റെ കണ്ണിൽ ദേഷ്യം കത്തി. ഫോൺ കൊക്കയിലേക്കെന്നപോലെ അവൻ മുറ്റത്തേക്ക് എറിഞ്ഞു. മക്കൾ ശാന്തിക്ക് പിന്നിൽ ഒളിച്ചു. മറ്റൊരു സിഗരറ്റിന് തീകൊളുത്തി ചന്ദ്രു ഇരുട്ടിലേക്ക് ഇറങ്ങിനടന്നു.

പതിവിലും നേരത്തെ ഇരുട്ട് കയറിയൊളിച്ച കടവരാന്തയിൽ ചാരുകസേരയും കുടയും വെച്ചയാൾ ആൽമരച്ചില്ലയിൽ തൂങ്ങിയാടുന്ന ബഹുവർണ്ണത്തിലുള്ള ചൈനീസ് മഞ്ഞകളിലേക്ക് ഒന്നുകൂടി നോക്കി. കടവരാന്തയിലെ മൂലയിലെ ഭാണ്ഡക്കെട്ടിനടുത്ത് പരുങ്ങിനിന്ന പുള്ളിപ്പൂച്ചയെ അയാളെടുത്ത് റോഡരുകിലെ അഴുക്കുചാലിൽ കൊണ്ടിട്ടു. അതു അടുത്തദിവസം വീണ്ടും തന്റെ ഭാണ്ഡക്കെട്ടിന്റെ ചൂട് പറ്റാൻ വരുമെന്ന് അയാൾക്ക് അറിയാം. അതിനകത്തുള്ള പഴകിയ വസ്ത്രങ്ങൾക്ക് എന്താണാവോ ഇത്രചൂട് എന്നയാൾ ആലോചിക്കാറുണ്ട്. പഴകിയതിനെന്നും നല്ല ചൂടാണ്. അയാൾക്കും. പകൽസമയങ്ങളിൽ അയാൾ പട്ടം വില്ക്കാൻ പോകുമ്പോൾ പുള്ളിപ്പൂച്ച ഭാണ്ഡക്കെട്ടിന്റെ ഇളംചൂട് പറ്റാൻ ഓടിയെത്തും. അറവുമാടത്തിൽനിന്ന് സഹജീവികളുടെ അന്ത്യനിലവിളി ഉയരുമ്പോൾ പൂച്ച നിലത്ത് പതിഞ്ഞിരുന്ന് ദേഹം നക്കിവെളുപ്പിക്കും.

ലൈറ്റ്ഹൗസിന്റെ കണ്ണുകൾ ഇടയ്ക്കിടെ പാളിനോക്കുന്ന കടവരാ

ന്തയിൽ അയാൾ നല്ല ഉറക്കത്തിലാണ്. കാറ്റ് ഷട്ടറിൽ, ഭിത്തിയിൽതൂക്കിയിട്ട ഡോവൽ സോഡ് പട്ടത്തെ ആട്ടിക്കൊണ്ടിരുന്നു. വരാന്തയിൽ തൂക്കിയിട്ട കമ്പിൽനിന്നും ചൈനീസ് മഞ്ഞയുടെ കെട്ടെടുത്ത് ചന്ദ്രു ചായ്പ്പും കടന്ന് കാലിയായ ആടിൻകൂടും ആലയും കോഴിക്കൂടും കഴിഞ്ഞ് കമ്പോസ്റ്റ് കുഴിക്ക് അടുത്ത് എത്തുമ്പോൾ എല്ലുകൾ നക്കിതുടയ്ക്കുന്ന നായ്ക്കൾ. ഗോട്ടിത്തിളക്കമുള്ള കണ്ണുകളുമായി കൂട്ടത്തിൽ ഉയരമുള്ള നായ ചന്ദ്രുവിന്റെ അടുത്തുവന്നു കാലിൽ സ്നേഹത്തോടെ ഉരസി. അതിനടുത്ത് കുന്തിച്ചിരുന്ന് അവൻ ചുറ്റിലും നോക്കി. വിജനമാണ്. വരാന്തയിൽ കിടന്ന് കൂർക്കം വലിക്കുന്ന അയാളുടെ ശബ്ദം മാത്രം. ചന്ദ്രു നായയുടെ കഴുത്തിലും മുഴുത്ത ശരീരഭാഗങ്ങളിലും തഴുകി. സ്വന്തം മക്കളെപോലും അങ്ങനെ ചെയ്തിട്ടുള്ള ശീലമില്ല. സാധാരണ എന്തും മൽപിടിത്തത്തിന് ഒടുവിലാണ് ചന്ദ്രു തന്റെ വരുതിയിൽ നിർത്താറുള്ളത്. അത് ശാന്തിയായാലും ആടായും പോത്തായാലും പശുവായാലും അങ്ങനെ തന്നെ. നായ വിനയാന്വിതനായി അവന്റെ മുന്നിൽ വാലാട്ടിനിന്നു. പടനായകനെ വരുതിയിലാക്കി കഴിഞ്ഞാൽ യുദ്ധം പകുതി ജയിച്ചു. ചന്ദ്രുവിനെ തൊട്ടുരുമ്മിക്കൊണ്ടു നായയും അറവുശാലയിലേക്ക് കയറി. അറവുശാലയിലെ ഇരുട്ടിൽ 60 വാട്ട് ബൾബിന്റെ അരണ്ട വെളിച്ചം പടർന്നു. ഇരുകാലുകൾക്കും ഇടയിൽ നായയെ ചേർത്തുനിർത്തി കൈയിൽ കരുതിയ ചൈനീസ് മഞ്ഞയെടുത്ത് ചന്ദ്രു നായയുടെ വായ ചേർത്തുകെട്ടുമ്പോൾ അതിന്റെ വാല് ജന്മാന്തരങ്ങൾക്ക് അപ്പുറത്ത് നിന്നെന്നോണം സ്നേഹം പ്രകടിപ്പിച്ചുകൊണ്ടിരുന്നു. കാലും കൈയും കെട്ടിവയ്ക്കുമ്പോൾ ചന്ദ്രുവിന്റെ മുഖത്ത് രണ്ട് പല്ലുകൾ മുളച്ചുവരുന്നത് നായ കണ്ടു. ജീവൻതുടിക്കുന്ന കൺമുനയിൽ മരണവെളിച്ചം പ്രകാശിക്കുമ്പോൾ ചുണ്ടുകൾക്കിടയിൽ പ്രതിഷേധ കുര നീറിക്കിടന്നു. അപ്പോഴും ആടിക്കൊണ്ടിരുന്ന അതിന്റെ വാലിൽ ചന്ദ്രു ആഞ്ഞുവെട്ടി. വാൽഭാഗം നിലത്തുവീണ് പുളയുമ്പോൾ ദേഹത്ത് വരിഞ്ഞുകെട്ടിയ ചൈനീസ് മഞ്ഞയിൽ മരണവെപ്രാളം തളയ്ക്കപ്പെട്ടു. നായയുടെ ശിരസ്സ് മരണപീഠത്തിലേക്ക് ഉയർത്തപ്പെട്ടു. കശാപ്പുകത്തിയുടെ ഉശിരിൽ ചന്ദ്രുവിന്റെ കൈ ഞരമ്പുകൾ വീറുകാട്ടി. ശ്വാനന്റെ ഛേദിച്ച തല തകരപ്പാത്രത്തിൽ ചെന്നുവീണു. കഴുത്തഗ്രത്തിൽനിന്നും ചുടുചോര ഊറിത്തെറിച്ചു. തലനഷ്ടപ്പെട്ട ശ്വാനന്റെ കാലും കൈയും മാമരക്കുറ്റിയിൽനിന്നും ചെണ്ടക്കോലുകണക്കെ വീണുരണ്ടു. ചന്ദ്രു മുഖത്തേക്ക് തെറിച്ച ചോരത്തുള്ളികൾ കൈത്തണ്ടകൊണ്ട് തുടച്ചു. രോമം എഴുന്നുനില്ക്കുന്ന പുറംതോൽ ചൂട് വിട്ടുമാറാത്ത ദേഹത്തുനിന്ന് ചുരണ്ടിയെടുത്ത് വയറുപിളർന്ന് കുടൽമാലകൾ പുറത്തേക്കിട്ട് അടുത്ത ശ്വാനനെ മരണമുഖത്തേക്ക് ആനയിക്കാൻ ചന്ദ്രു പുറത്തേക്കിറങ്ങി. ശ്വാനന്മാർ ഓരോരുത്തരായി മുറിയിലെ അരണ്ട വെളിച്ചത്തിൽ മരണംകണ്ടു. മാംസം മുഴുവൻ തൂക്കിനോക്കി. ഇനിയുംവേണം അര ക്വിന്റൽ കൂടി... ചന്ദ്രു

വിഷണ്ണനായി പുറത്തേ ഇരുട്ടിലേക്ക് നോക്കി. ഒരു പട്ടിപോലുമില്ല. ശ്വാനന്മാരുടെ വാപിളർന്ന തല കമ്പോസ്റ്റുകുഴിയിൽ നിക്ഷേപിച്ച് മണ്ണിടാൻ തൂമ്പ നീട്ടിവലിക്കുന്ന ചന്ദ്രുവിന് പിന്നിൽ പുള്ളിപ്പൂച്ചയുമായി അയാൾ. ചന്ദ്രു തിരിഞ്ഞുനോക്കി. തന്നെ സസൂക്ഷ്മംനോക്കുന്ന അയാളുടെ തടിച്ച തുടകളിലും അസ്ഥികളിൽനിന്ന് വേർപ്പെട്ട് തൂങ്ങുന്ന ഇറച്ചി കൊഴുപ്പിലും പുറത്തേക്ക് തള്ളിനില്ക്കുന്ന വയറിലും ചന്ദ്രു ചൂഴ്ന്നു നോക്കി. തൂക്കമൊക്കാതെ കിടക്കുന്ന ത്രാസ് മനസ്സിലൂടെ മിന്നിച്ചു. പൂച്ച അയാളുടെ കൈയിൽനിന്നും താഴെ കമ്പോസ്റ്റ് കുഴിയിലേക്ക് ചാടിയിറങ്ങി. മണ്ണിന് പുറത്തുകിടന്ന നായയുടെ അറ്റതല കടിച്ചുപറിക്കാൻ തുടങ്ങി. പുറത്ത് കടൽക്കാറ്റ് ഉഗ്രവേഗത്തിലായി. പിന്നാലെയെത്തിയ മഴയിൽ നനയാതിരിക്കാൻ ചന്ദ്രു അറവുശാലയിലേക്ക് ഓടിക്കയറി. അയാളെയും അവിടേക്ക് മാടിവിളിച്ചു. കാറ്റിന്റെ ഉഗ്രവേഗത്തിൽ ആൽമരക്കൊമ്പുകളിൽനിന്ന് വേർപെട്ട ചൈനീസ് മഞ്ഞ റോക്കാക്കു പട്ടവുമായി ആകാശത്തേക്ക് പറന്നുയർന്നു. അയാളും അറവുശാലയിലേക്ക് ഓടിക്കയറി. അവിടെ തളംകെട്ടിനിന്ന ചോരച്ചൂടിൽ അയാളുടെ കാലുകൾ വഴുക്കാൻ തുടങ്ങവെ ചന്ദ്രു കൈയിൽ കരുതിയ ചൈനീസ് മഞ്ഞ അയാളുടെ കഴുത്തിൽ മുറുക്കി. ആഴ്ന്നിറങ്ങിയ ചൈനീസ് മഞ്ഞ കഴുത്തിൽ നിന്നും രക്തംചീറ്റിച്ചു. ചന്ദ്രുവിന്റെ കശാപ്പുകത്തിയുടെ വായ്ത്താരി വെട്ടിത്തിളങ്ങി. പുറത്ത് കമ്പോസ്റ്റ് കുഴിക്കടുത്ത് ഉടലറ്റ തലയ്ക്കായി പുള്ളിപ്പൂച്ച കാത്തുകിടന്നു.

രണ്ടാമത്തെ കാരണം

ശാലിനിയുടെ ടെക്സ്റ്റ് സ്മാർട്ട് ഫോണിന്റെ ഇരുണ്ട പ്രതലത്തിൽ വന്നുപതിക്കുമ്പോൾ വിനോദ് തുറന്നിട്ട വാതിലിന് സമീപം പുറത്തേക്ക് നോക്കി നില്ക്കുകയും ട്രെയിൻ കാർവണ്ടുപോലെ മുരണ്ട് വെളിച്ചം തേടി അടുത്ത സ്റ്റേഷനിലേക്ക് കുതിക്കുകയുമായിരുന്നു. സ്ലീപ്പർ കോച്ചിലെ മിഡിൽബർത്തിൽ അവൻ സന്തുഷ്ടനായിരുന്നില്ല. ജാലക ക്കാഴ്ചകളിൽ തലവെച്ച് യാത്ര ചെയ്യുന്നതാണ് അവനിഷ്ടം. അതിനാൽ തന്നെ വാതിലിനകത്തുകൂടി ഇരച്ചെത്തിയ കാറ്റിൽ ഇളകുന്ന പുറംകാഴ്ചകളിലേക്ക് അവൻ വെറുതെ നോക്കിനിന്നു.

'മഴയുണ്ടോ പുറത്ത്?' വാട്സ്ആപ്പിൽ ശാലിനിയുടെ ടെക്സ്റ്റ്. 'നല്ല തണുത്ത കാറ്റുണ്ടോ? അത് അകത്തേക്ക് അടിച്ചുകയറുന്നുണ്ടോ?' - അവളുടെ ചോദ്യങ്ങൾ മിനുക്കത്തോടെ ഫോണിൽ വന്നുവീണുകൊണ്ടിരുന്നു. പുറത്തെ ഇരുട്ടിൽനിന്നും മോക്ഷം പ്രാപിച്ചപോലെ തണുത്ത കാറ്റപ്പോൾ വിനോദിന്റെ തലമുടിയിൽ പരതി നടന്നു.

'എനിക്ക് യാത്ര ഇഷ്ടമാണ്. നിനക്കോ?'

'നോ...' കൂടുതൽ ആലോചിക്കാതെ അവൻ മറുപടി ടൈപ്പ് ചെയ്തു. സത്യത്തിൽ എനിക്ക് യാത്രയേക്കാൾ ഇഷ്ടമുള്ള വേറൊന്നില്ല. ബോധപൂർവ്വമാണത് പറയാതിരിക്കുന്നത്. അതുകൊണ്ടാണല്ലോ മെഡിക്കൽ റപ്പിന്റെ ജോലി മടുപ്പില്ലാതെ ഞാൻ ചെയ്യുന്നത്. എന്നും എപ്പോഴും യാത്ര. യാത്ര ഇഷ്ടമാണെന്ന് പറഞ്ഞാൽ ഈ യാത്ര അവസാനിക്കും വരെ അവൾ വാട്സ്ആപ്പിൽ കൂട്ടിരിക്കും. വിനോദിന് അപ്പോൾ അവളോട് ചാറ്റാൻ മൂഡുണ്ടായിരുന്നില്ല. കുട്ടിക്കാലത്തേ അവൾ വാതോരാതെ സംസാരിക്കും. ഇപ്പോൾ സംസാരം വാട്സ്ആപ്പിലൂടെ എന്നുമാത്രം. കുട്ടി

ക്കാലത്ത് തീപ്പെട്ടിക്കൂടിന്റെ രണ്ടറ്റത്തും നൂൽകെട്ടി ഫോണുണ്ടാക്കി നൂലിന്റെ കമ്പനത്തിലൂടെ സംസാരിച്ചതും മറ്റും വിനോദിന് അപ്പോൾ ഓർമ്മ വന്നു.

എന്നിട്ടും ശാലിനി വിടുന്ന മട്ടുണ്ടായില്ല.

'യാത്ര ഇഷ്ടമില്ലെന്നോ? എനിക്ക് യാത്ര ചെയ്യണം. ഗ്രാമങ്ങളിലൂടെ, പാടവരമ്പിലൂടെ, വേനൽച്ചൂടിലും വറ്റാത്ത പുഴയുടെ ഓരത്തുകൂടെ, നഗരങ്ങളുടെ തിരക്കിലൂടെ, ഉത്സവങ്ങളുടെ ഇടയിലൂടെ തനിച്ചൊരു യാത്ര... പരിചിതത്വത്തിൽനിന്ന് അപരിചിതത്വത്തിലേക്ക്, ആകാശത്തിന്റെ ദൂരമളന്ന് എല്ലാവരെയും നിരീക്ഷിച്ച് സഹയാത്രികർക്ക് തീർത്തും അപരിചിതയായി... ഹൊ! ആലോചിക്കുമ്പോൾ കുളിരുകോരുന്നു...'

എങ്കിൽ നീ തനിച്ചൊരു യാത്ര പോകൂവെന്ന വിനോദിന്റെ മറുപടിക്ക് മൗനം പേറുന്ന സ്മൈലിലായിരുന്നു അവളുടെ റിപ്ലേ.

അതിന് എനിക്ക് സാധിക്കില്ലെന്ന് വിനോദിന് നന്നായി അറിയാം എന്നിട്ടും അവൻ...ശാലിനിക്ക് ദേഷ്യവും സങ്കടവും വന്നു.

അദ്ധ്യാപികയും എഴുത്തുകാരിയും മാത്രമായിരുന്നെങ്കിൽ എനിക്ക് യാത്ര പോകാൻ സാധിക്കുമായിരുന്നോ? എല്ലായ്പ്പോഴുമെന്നപോലെ അപ്പോഴും ശാലിനി ആലോചിച്ചുപോയി. ചങ്ങലക്കെട്ടുകൾ പൊട്ടിച്ചെറിയാൻ ഒരു എഴുത്തുകാരിക്ക് കഴിഞ്ഞില്ലെങ്കിൽ പിന്നെ ഏതു സ്ത്രീക്കാണ് കഴിയുക?- വിനോദ് ചോദ്യമെറിഞ്ഞു. സ്ത്രീയുടെ ആയുധം ശരീരമല്ല; എഴുത്താണ്. അത് എല്ലാവർക്കും കിട്ടില്ല. കിട്ടിയ നീ അതു ഉപയോഗിക്കുന്നുമില്ല. തനിച്ചൊരു യാത്രപോലും പോകാൻ കഴിയില്ലെന്നോ? - വിനോദ് ദേഷ്യപ്പെട്ടു.

ശാലിനി മൂകതയിലാണ്ടു. എന്താണ് ഞാൻ പറയേണ്ടത്.

ഒരിക്കലും കഴിയില്ല. എന്തെല്ലാം പ്രതിബന്ധങ്ങൾ മറികടന്നാണ് ഞാൻ എഴുതുന്നതെന്ന് അവനറിയുമോയെന്തോ. എഴുത്തുമായി പുലബന്ധമില്ലാത്ത വീട്ടിൽ മരിച്ച കഥാപാത്രങ്ങൾപോലെ എല്ലാവരും ഇന്നലെകളിൽ ജീവിക്കുന്നു. പാരമ്പര്യത്തിന്റെയും മഹിമയുടെയും പഴക്കം ചെന്ന വാക്കുകൾ മാത്രം. ഈ ജോലി പോലും വെണ്ടെന്ന് അവർ എത്ര വട്ടമായി പറയുന്നു. എന്നിട്ടും...പെണ്ണിനെ ആർക്കും മനസ്സിലാകുന്നില്ല. ഭർത്താവിന്, അച്ഛനും അമ്മയ്ക്കും, സഹോദരങ്ങൾക്ക്... സുഹൃത്തിന്... ആർക്കും മനസ്സിലാകുന്നില്ല. അവളുടെ തൊണ്ടയിടറി. കണ്ണുകളിൽ ഉറവപൊട്ടി..

ഏറെ നേരമായിട്ടും ശാലിനിയുടെ മറുപടിയില്ലല്ലോ എന്ന ആശ്വാസത്തിൽ വിനോദ് ബർത്തിൽ കയറിക്കിടന്നു.

'നീ യാത്ര പോകാൻ പറയുന്നു. യാത്ര എനിക്കിഷ്ടമാണ്. പക്ഷേ, അത് ഇനി സാധിക്കില്ല.' - പരിഭവവും നിസ്സഹായതയും കനത്ത ശാലി

നിയുടെ മറുപടിയെത്തി.

'എന്തുകൊണ്ട്'- അവൻ ചോദിച്ചു

രണ്ട് കാരണങ്ങളുണ്ടെന്നായി ശാലിനി.

'ഒന്നുപെണ്ണായി പോയി. പിന്നെയൊന്ന് കേരളത്തിൽ ജനിച്ചു'- വിനോദ് പരിഹസിച്ചു.

ശാലിനിക്ക് ദേഷ്യം വന്നു.

'നീ പരിഹസിക്കേണ്ട.. ഒന്നു പെണ്ണായത്, നേരുതന്നെ. തനിച്ച് യാത്ര ചെയ്യാൻ ഏതുപെണ്ണിനാണ് കഴിയുക... പിറകെ ആയിരം കണ്ണുകൾ വരും. ചോദ്യങ്ങൾ വരും...'

വിനോദ് മൗനത്തിലാണ്ടു. ശാലിനി പറയുന്നത് ശരിയല്ലേ. ഈ യാത്രയിൽത്തന്നെ ട്രെയിനിൽ തനിച്ചിരിക്കുന്ന പെൺകുട്ടിയെ ഞാൻ എത്ര തവണ നോക്കി. വേണ്ടെന്നുവെച്ചിട്ടും കണ്ണ് അവിടേക്ക് പാഞ്ഞു പോകുന്നു. പുറംകാഴ്ചകളിൽ മിന്നായംപോലെ തെളിയുന്ന പെണ്ണിനെ തേടി കണ്ണുകൾ നീണ്ടുപോകുന്നു.

'രണ്ടാമത്തെ കാരണം കേരളത്തിൽ ജനിച്ചുവെന്നതല്ല. ഈ ലോകത്ത് എവിടെയാണ് സ്ത്രീ സ്വതന്ത്രയായിട്ടുള്ളത്. ഒരു മാപ്പിലും കാണാത്ത ലോകത്തിലേക്ക് മാത്രമേ അവൾക്ക് സ്വതന്ത്രമായി യാത്ര ചെയ്യാനൊക്കൂ. സ്വന്തം കണ്ണുകളെപോലും അവൾ ഭയക്കേണ്ടിവരുന്നു. ഒരു സ്ത്രീക്കും ഇവിടെ സ്വതന്ത്രമായി യാത്ര ചെയ്യാൻ കഴിയില്ല. കാരണം മറ്റൊന്നാണ്. അതെന്താണെന്ന് എനിക്ക് ഇപ്പോൾ അറിയില്ല.' - ശാലിനി മയപ്പെട്ടു.

'ആ കാരണം എന്താണെന്ന് പറയൂ ശാലിനി. മറ്റുള്ളവർക്കും കൂടി ബോധിക്കുന്നതാകണം അത്. എങ്കിൽ തനിച്ചുപോകേണ്ട ഞാനും വരാം. നിന്റെ നോക്കെത്താ ദൂരത്ത് ഞാനുണ്ടാകും. നീ തനിച്ചു തന്നെ യാത്ര ചെയ്യുക. എന്നെ നീ കാണുക പോലുമില്ല. ധൈര്യത്തോടെ നിനക്ക് യാത്ര ചെയ്യാം പെണ്ണായിട്ടുതന്നെ. ഓരോ യാത്രയും ഓരോ ജീവിതമാണ് കൂട്ടുകാരി. യാത്രകൾ നിന്നിലെ എഴുത്തുകാരിയെ അഗ്നികുണ്ഡത്തിൽനിന്നും പുറത്തുചാടിക്കട്ടെ. ഊർജ്ജം തിളയ്ക്കുന്ന അക്ഷരങ്ങൾ ഈ കറുത്ത പ്രതലത്തിൽ വെളുപ്പായി തെളിയട്ടെ' - വിനോദിന്റെ മെസേജ് വായിച്ച് അവൾ സ്ഥലകാലമില്ലാതെ പൊട്ടിച്ചിരിച്ചു. മുറിയിൽ തനിക്കൊപ്പം മകൾ അനുവും ഉറങ്ങികിടപ്പുണ്ടല്ലോയെന്ന് പോലും അവൾ മറന്നുപോയിരുന്നു.

'അധികമൊന്നും വേണ്ട കേരളത്തിന്റെ ഈ വടക്കേ അറ്റത്തുനിന്നും തെക്കെ അറ്റത്തേക്കൊരു യാത്ര. ട്രെയിനിൽ...' അവൾ പറഞ്ഞു. അവൻ ശരിവെച്ചു. ട്രെയിനപ്പോൾ കടകട... ശബ്ദം പൊഴിച്ച് അവനിറങ്ങേണ്ട സ്റ്റേഷനിൽ എത്തിയിരുന്നു. അവൾക്ക് ഗുഡ്നൈറ്റ് പറഞ്ഞ് വിനോദ് ഫോൺ പോക്കറ്റിലേക്കിട്ട് പുറത്തിറങ്ങി. നേരം ഏറെ വൈകിയിരുന്നു.

അവൾ മൊബൈൽ സൈലന്റ് മോഡിലാക്കി കട്ടിലിൽ മകളുടെ ഓരം ചേർന്നുകിടന്നു. മുളപ്പടർപ്പുകൾ താണ്ടി കൊടുങ്കാറ്റുകളെ അതിജീവിച്ച് വിഷമുള്ളുകളെ വകഞ്ഞുള്ള ഈ ജീവിതം എനിക്ക് മടുത്തു. നിറം മങ്ങിയ കണ്ണും മിഴിനീരിന്റെ ഉപ്പും ഇടറുന്ന കാൽവെപ്പുകളോടെ എത്രകാലം. മുന്നിലിനി വരാനുള്ളത് മരണം മാത്രമാകാം... ഈ കവാടങ്ങൾ തുറക്കാനുള്ള സൂത്രവാക്യം ദൂരെയെവിടെയോ എന്നെ നോക്കി നില്പ്പുണ്ടെന്നൊരു തോന്നൽ.. ശാലിനി ചിന്തയുടെ മഹാഗോപുരം കയറി ഉറക്കത്തിലേക്ക് വീണു.

ഓണം കഴിഞ്ഞ് അടുത്ത ആഴ്ച അവൾ യാത്ര പോകാൻ നിശ്ചയിച്ചു. തിരുവനന്തപുരത്ത് ട്രെയിനിങ് ഉണ്ടെന്ന് പറഞ്ഞപ്പോൾ കൂടെ ആരുണ്ട് എന്ന ചോദ്യംപോലും ഭർത്താവിൽനിന്ന് ഉണ്ടാകാത്തത് ശാലിനിയെ അത്ഭുതപ്പെടുത്തി.. കൂടെ ഞാനും വരാം എന്ന ഉത്തരം പ്രതീക്ഷിച്ചിരുന്നതുകൊണ്ടും അദ്ദേഹം പൊലീസുകാരൻ ആയതുകൊണ്ടും മടിച്ചും വിറച്ചുമാണ് കാര്യം പറഞ്ഞത്. ചിലപ്പോൾ എന്റെ സാമീപ്യത്തിൽ നിന്നൊരു മോചനം അദ്ദേഹവും ആഗ്രഹിക്കുന്നുണ്ടാകുമല്ലേ. പത്തുപതിനഞ്ച് വർഷമായില്ലേ. ഇപ്പോൾ എന്റെടുത്ത് കിടക്കാൻ പോലും അദ്ദേഹം ഇഷ്ടപ്പെടുന്നില്ല. ഓഫീസിൽനിന്ന് വൈകിയെത്തും. പല കാരണങ്ങൾ പറഞ്ഞ് മുകളിലെ ടെറസിൽ ഇരിപ്പാകും. വെള്ളമെടുക്കാൻ ഫ്രിഡ്ജ് തുറക്കാൻ മാത്രമാകും താഴേക്ക് ഇറങ്ങുന്നത്. അവിടെ നല്ല കാറ്റാണെന്ന് പറഞ്ഞ് കിടപ്പും അവിടെത്തന്നെ. മാസത്തിൽ എപ്പോഴെങ്കിലും ഇരുട്ടിൽ പൂച്ചയെപ്പോലെ പതുങ്ങിവന്ന് എന്റെ ശരീരം പുലിയെപോലെ കടിച്ചുകീറി ഇറങ്ങിപ്പോകും. നേരംവെളുത്താൽ മുഖത്തോട് മുഖം പോലും നോക്കില്ല. വല്ലാത്തൊരു മുഷിപ്പ് അദ്ദേഹത്തിനും തോന്നി തുടങ്ങിയിരിക്കും. ട്രെയിനിങ്ങിന് പോകണമെന്ന് പറഞ്ഞത് പൂർണ്ണമായും അദ്ദേഹം വിശ്വസിച്ചുവെന്നതിന് ഒരുറപ്പുമില്ല. അഞ്ചാറ് വർഷം മുൻപ് ട്രെയിനിങ്ങിന് പോയപ്പോൾ അദ്ദേഹവും കൂടെയുണ്ടായിരുന്നു. മടുപ്പിച്ചൊരു യാത്രയായിരുന്നു അത്. അദ്ദേഹത്തിന്റെ കൂർത്ത മീശപോലെ മൂർച്ചയേറിയതായിരുന്നു ഓരോ കാഴ്ചയും. എന്റെ കണ്ണുകൾക്കും ചുറ്റും കാവല്ക്കാരനെന്നപോലെ അദ്ദേഹം വട്ടം കൂടിയത് ഒരിക്കലും മറക്കാൻ കഴിയുന്നതല്ല.

ആദ്യായിട്ടാണ് മോളെ തനിച്ചാക്കി വീട് വിട്ടുനില്ക്കുന്നത്. അനുവിന്റെ സ്കൂൾ യൂണിഫോമും വസ്ത്രങ്ങളും ഇസ്തിരിയിട്ടുവെച്ചു. അടുക്കളയിൽ ഗ്യാസ് ഉണ്ടോയെന്ന് ഉറപ്പുവരുത്തി. വാട്ടർ ടാങ്കിൽ വെള്ളം നിറച്ചു. മുറികളെല്ലാം അടിച്ചുതുടച്ചു. ഉപ്പും പഞ്ചസാരയും മസാലപ്പൊടികളുമെല്ലാം കുപ്പികളിൽ നിറച്ച് മകൾ കാണുന്നിടത്ത് തന്നെ വെച്ചു. എട്ടിലാണ് പഠിക്കുന്നതെങ്കിലും അവൾ നന്നായി പാചകം ചെയ്യും. അടുക്കളത്തോട്ടത്തിലെ ചീരയ്ക്കും വെള്ളരിക്കും വെള്ളമൊഴിച്ചു.

ശാലിനി യാത്ര പറഞ്ഞിറങ്ങുമ്പോൾ ഭർത്താവ് വല്ലാത്തൊരു ആവേശത്തോടെ ഫ്രിഡ്ജിൽ തണുത്തവെള്ളം നിറയ്ക്കുകയായിരുന്നു. ഇതുവരെ കാണാത്ത പ്രസരിപ്പ്. വിവാഹം കഴിഞ്ഞ ആദ്യനാളുകളിൽ തന്റെ മേനിയിലേക്ക് നോക്കുമ്പോൾ ആ കണ്ണുകളിൽ കണ്ട തിളക്കം ഫ്രിഡ്ജിന്റെ മുകളിൽ വെച്ച മദ്യക്കുപ്പികളിൽ തട്ടി ഓളം വെട്ടുന്നതുപോലെ. ഇപ്പോഴും മേനിക്കൊഴുപ്പുള്ള പെണ്ണുങ്ങളെ കണ്ടാൽ അദ്ദേഹത്തിന്റെ കണ്ണുകളിൽ ആ തിളക്കം ശാലിനി കാണാറുണ്ട്. അച്ഛന്റെ നോട്ടം ഇപ്പോഴത്ര ശരിയല്ലെന്ന് മകളും പറഞ്ഞുതുടങ്ങിയിരിക്കുന്നു. അനുമോളുടെ മുഖത്ത് നോക്കാതെ ശാലിനി ശരവേഗത്തിൽ മുറ്റത്തുനിന്നും റോഡിലേക്കുള്ള ഗോവണികൾ ഇറങ്ങി. അവൾ ഒന്നും മിണ്ടാതെ അമ്മയെ തന്നെ നോക്കി. അവളുടെ മുഖം വിവർണ്ണമാകുന്നതും ചുണ്ടുകൾ വരളുന്നതും അമ്മ കണ്ടില്ല. ശാലിനിയുടെ മനസ്സിൽ ഏറെ കൊതിച്ച ഈ യാത്രമാത്രമായിരുന്നു. മറ്റെല്ലാ കാഴ്ചകളും അവൾക്ക് മുന്നിലപ്പോൾ ശൂന്യമാകുന്നതുപോലെ...

വിനോദാണ് റെയിൽവേ സ്റ്റേഷനിൽ ആദ്യമെത്തിയത്. അവർക്ക് പോകാനുള്ള ട്രെയിൻ ചിന്നംവിളിച്ച് പ്ലാറ്റ്ഫോമിലേക്ക് കുലുങ്ങിയെത്തിയതും ശാലിനി വലിയൊരു ട്രാവലർ ബാഗുമായി അവിടേക്ക് ഓടിക്കിതച്ചെത്തിയതും ഒരുമിച്ചായിരുന്നു. ഏറ്റവും മുന്നിലെ കോച്ചിലേക്ക് റിസർവ്വ് ചെയ്ത ശാലിനിയുടെ ടിക്കറ്റ് അവൾക്ക് കൈമാറി വിനോദ് ട്രെയിനിന്റെ അവസാനത്തെ കോച്ചിലെ തന്റെ സീറ്റ് ലക്ഷ്യമാക്കി ധൃതിയിൽ നടന്നു. അപ്പോഴേക്കും ട്രെയിൻ പോകാനുള്ള സൈറൺ മുഴക്കിയിരുന്നു. ശാലിനി ട്രെയിനിലേക്ക് കയറി. ട്രാവലർ ബാഗ് ബർത്തിൽ വെച്ച് വിൻഡോ സീറ്റിൽ ഇരുപ്പുറപ്പിച്ചു. ട്രെയിൻ ഓടിത്തുടങ്ങിയപ്പോൾ കുതിച്ചെത്തിയ തണുത്ത കാറ്റിൽ അവളുടെ മുടിയിഴകൾ പാറിപ്പറന്നു. ആ തണുത്ത കാറ്റിലും അവൾ വിയർത്തു. സ്ഥലകാലങ്ങളെ ചവിട്ടിമെതിച്ച് ട്രെയിൻ നീങ്ങിത്തുടങ്ങി. സ്ത്രീകൾ മാത്രമുണ്ടായിരുന്ന ആ ബോഗിയിലും അവൾ അസ്വസ്ഥയായി. ഏറെ കൊതിച്ച യാത്രയാണിത് എന്നിട്ടും എനിക്കെന്താണ് സംഭവിക്കുന്നത്. ശാലിനിക്ക് വേവലാതിയായി. കണ്ണുകൾ ചേർത്തടച്ചു വീണ്ടും തുറക്കുമ്പോൾ വീണ്ടും കാഴ്ചയുടെ തുടർച്ച. പുറംകാഴ്ചകളിലൊന്നും തറയ്ക്കാത്ത അവളുടെ കണ്ണുകൾക്കൊപ്പം വിറയാർന്ന കൈകൾ ചടുലതയോടെ അവളിരിക്കുന്ന സീറ്റിന് മുകളിലുള്ള അപായച്ചങ്ങലയിലേക്ക് നീണ്ടു. വിറയാർന്ന കൈകളോടെ അവൾ ചങ്ങലയിൽ പിടിച്ചുവലിച്ചു. വലിയ ഞരക്കത്തോടെ ട്രെയിൻ നിരങ്ങി നിന്നു. അവൾ ബർത്തിൽനിന്നും ബാഗെടുത്ത് പുറത്തെ പാളത്തിലേക്ക് ചാടി, കല്ലും മുള്ളുംനിറഞ്ഞ പുറത്തേക്കുള്ള ഊടുവഴിയിലൂടെ ഓടി. അപ്പോൾ ട്രെയിനിൽനിന്നും ആയിരം കണ്ണുകൾ അവൾക്കു പിന്നാലെ നീണ്ടു. അതിലൊന്നായി വിനോദിന്റെ കണ്ണും ഓടിമറയുന്ന ശാലിനിയിൽ തറച്ചു. എന്താണ് സംഭവിച്ചതെന്നറിയാതെ അന്തംവിട്ടു

നിന്ന വിനോദിന്റെ സ്മാർട്ട്ഫോണിലേക്ക് കനമുള്ള ശബ്ദത്തിൽ അവളുടെ ടെക്സ്റ്റ് മെസേജ് വന്നു പതിച്ചു. 'ഈ യാത്ര എനിക്ക് സാദ്ധ്യമല്ല. കാരണം ഒരു അച്ഛന് തനിച്ച് യാത്ര ചെയ്യാം. പക്ഷേ, അമ്മയ്ക്ക് കഴിയില്ല. സോ ഹാപ്പി ജേണി.' അനുമോൾ അപ്പോൾ അടുക്കളയിൽ ഏറ്റവും മൂർച്ചയേറിയ കത്തി തിരയുകയായിരുന്നു...

തീരം...

"When you want something, all the universe conspires in helping you to achieve it."

- Paulo Coelho

"ആഗ്രഹം ശക്തവും ആത്മാർത്ഥവുമായിരിക്കണം.- അമൽ ഞാൻ പറയുന്നത് കേൾക്കുന്നുണ്ടോ?" ദൂരെ കടലിന്റെ കാഴ്ച മറച്ചു നില്ക്കുന്ന ആകാശത്തേക്ക് കണ്ണുനട്ട് ദീപ ചോദിച്ചു. അവിടെ ദിക്ക് തേടി പറക്കുന്ന ഒരു പറവ. അതിനെ പിൻപറ്റി മറ്റൊന്ന്, ഒരിക്കലും മുൻപിലത്തെ പറവ തിരിഞ്ഞുനോക്കുന്നുണ്ടായിരുന്നില്ല. ഇണ തന്റെ തൊട്ടുപിന്നാലെ തന്നെ വരുമെന്ന് അറിയുന്നതുപോലെ അതിന്റെ ചിറകുകൾ മേഘക്കീറുകളെ മുറിച്ചുകീറി പറക്കുകയാണ്.

അമൽ അപ്പോൾ കടലിലേക്ക് നോക്കുകയായിരുന്നു.

"ഞാൻ വിശ്വസിക്കുന്നു.... നിനക്കെന്നെ വേണോ?" പൊള്ളൽവിട്ടുപൊയ്ക്കൊണ്ടിരുന്ന മണൽത്തിട്ടയിലേക്ക് തലതാഴ്ത്തിയുള്ള അവന്റെ ചോദ്യം അവളുടെ ചുവന്ന ഹൃദയത്തിൽതൊട്ടു. "നിന്റെ നെറ്റിയിലെ ആ ചുവന്ന പൊട്ട് എന്നിലെ ചുവപ്പാണ്. ഒരുനാൾ ഞാനത്...." അമൽ ചിരിച്ചു.

"നീ ഒരു കടൽ ആണ്. നനഞ്ഞുപോയ കാല്പാദങ്ങൾ പിന്നോട്ടെടുക്കാതെ നില്ക്കയാണ് ഞാൻ." ദീപ നെറ്റിയിലേക്ക് ഊർന്നുവീണ കുറുനിരകൾ ഒതുക്കി, അവന്റെ തിരയൊഴിയാത്ത കണ്ണുകളിലേക്ക് നോക്കി പറഞ്ഞു.

"ഒരുനാൾ നിന്നെയീ കടലെടുത്ത് തിരകളില്ലാത്ത തീരത്തേക്ക് കൊണ്ടുപോകും. എന്റെ ആഴങ്ങളിൽ കൊണ്ടുപോയി നിന്നെ ഞാൻ ഒളിപ്പിക്കും. അവിടെ ഒരു ജലകന്യകയാകും നീ...." അവന്റെ വാക്കു

കൾ അവളുടെ കാതിൽ അലയടിച്ചു.

"നിന്നിലേക്ക് ഇറങ്ങിയാൽ തിരിച്ചുകയറാൻ ആയില്ലെങ്കിലോ എന്നാണ് എന്റെ പേടി."- ദീപ പറഞ്ഞു. "നോക്കൂ ദീപ, നീ ഈ ആകാശം പോലെയാണ്... എത്ര അറിഞ്ഞാലും തീരില്ല." - ഇരുട്ട് കൂട് കൂട്ടാൻ തുടങ്ങിയ ആകാശത്തുനിന്ന് കണ്ണെടുക്കാതെ അമൽ പറഞ്ഞു. "ഞാൻ കടലും നീ ആകാശവും..." അവൻ ഉറക്കെ ചിരിച്ചു.

ആകാശം എപ്പോഴും കടലിനൊപ്പം സഞ്ചരിക്കും. പക്ഷേ, കടൽ... ഏറെ അടുത്താൽ ഒറ്റയായി കാണില്ല... അപ്പോൾ വേറിട്ട് അറിയാൻ കഴിയില്ല. ഒരുപക്ഷേ, ഇപ്പോൾ നില്ക്കുന്നിടത്ത് നിന്ന് ഒരടി പോലും മുന്നോട്ട് പോകാൻ പറ്റിയില്ലെന്ന് വരാം എന്ന് അവനോട് പറയണമെന്ന് അവൾക്കുണ്ട്. പക്ഷേ, അവന്റെ ആത്മവിശ്വാസം കുത്തിനിറച്ച വാക്കുകൾക്ക് മുന്നിലേക്ക് അവളുടെ നാവ് ഉയരാൻ ഭയന്നു.

തെറ്റ്, ശരി, പാപം, പുണ്യം എന്നതിൽ അവൾക്ക് വിശ്വാസമില്ല. പക്ഷേ, ചതിക്കാനും വഞ്ചിക്കാനും തനിക്ക് കഴിയുമോ? അമൽ തന്നെ വീണ്ടും വീണ്ടും തോല്പിക്കുകയാണെന്ന് അവൾക്ക് അപ്പോഴും ബോദ്ധ്യമായി.

"തിരമാലയായി നിന്നിൽ ഞാൻ പടർന്നുകേറും. ആരും അറിയാതെ നിന്റെ പാദങ്ങളെ നനയ്ക്കും. നിന്റെ ഉച്ഛ്വനിശ്വാസങ്ങൾക്ക് മുകളിൽ ഞാൻ തിരയായി പടരും."- അവൻ പറഞ്ഞു.

"അപ്പോൾ... അപ്പോൾ ഒരിക്കൽ കരയിലേക്ക് വരേണ്ടിവരില്ലേ... കരയിലേക്ക് കയറിവരുന്ന തിരമാലയ്ക്ക് തിരിച്ചുപോയല്ലേ പറ്റൂ..." ദീപ ആശങ്കയുടെ ചൂണ്ടൽകൊളുത്തെറിഞ്ഞു. അവളുടെ മനസ്സിൽ ഭർത്താവിന്റെയും കുട്ടികളുടെയും മുഖം തെളിഞ്ഞു.

ഒരു നിമിഷത്തെ മൗനം. "അപ്പോൾ കര ഇതൊന്നും അറിയാതെ നിന്നെ സ്വീകരിക്കും..." അമലിന്റെ ഉത്തരത്തിന് മുന്നിൽ അവളുടെ മുഖം കറുത്തു. ദീപ ആകാശത്തേക്ക് നോക്കി. അവിടെ ഒരു നക്ഷത്രക്കുഞ്ഞു പോലുമില്ല. കടൽ ആർത്തിരമ്പി തനിക്ക് നേരെ കയറിവരുന്നതുപോലെ...

എലീശൻ

അർദ്ധരാത്രിയിൽ അടുക്കളത്തറയിൽ വീണു ചിതറിത്തെറിച്ച പാത്രങ്ങളുടെ നിലവിളിശബ്ദത്തിനൊപ്പം ആ വീട്ടിലെ എല്ലാ മുറികളിലും വെളിച്ചം പരന്നു. ഉറക്കത്തിൽനിന്നും ചാടിയേഴുന്നേറ്റ സതീശനോട് ഉമ പറഞ്ഞു: "അവനായിരിക്കും; ഞാനെത്രകാലമായി പറയുന്നു. ഇവിടുത്തെ സ്റ്റോർ റൂമും തട്ടിൻപുറവും മച്ചുമെല്ലാം അവന്റെ വിഹാര കേന്ദ്രമാണല്ലോ? നിധിയാണെന്ന് പറഞ്ഞു ഓരോന്ന് കെട്ടിപ്പെറുക്കി വെക്കുമ്പോൾ ആലോചിക്കണം." -പരിഹാസച്ചുവയിൽ പരിഭവം ചാലിച്ച് ഉമ ബെഡ് റൂമിന്റെ വാതിൽ തുറന്നു. ഞെട്ടിയുണർന്ന മകൾ മാളു അമ്മയുടെ വിശദീകരണത്തിൽ തൃപ്തിപ്പെട്ടതുപോലെ വീണ്ടും കിടക്കയിലേക്ക് കമഴ്ന്നു.

അടുക്കളയിൽ അങ്ങിങ്ങായി പരിക്കേറ്റുകിടന്ന പാത്രങ്ങൾ അടുക്കി വെക്കാൻ തുടങ്ങിയ ഉമയ്ക്ക് പിന്നിൽ കുറ്റവാളിയെപോലെ തലകുനിച്ച് സതീശന്റെ നിഴൽ ഒട്ടിപ്പിടിച്ചു.

"എത്രതവണ പറഞ്ഞതാണ് പുതിയ വീട്ടിൽ തട്ടിൻപുറം വേണ്ടെന്ന്? അതെങ്ങനാ ഒന്നാം ക്ലാസ് മുതലുള്ള പാഠപുസ്തകങ്ങൾ പൊന്നുപോലെ സൂക്ഷിക്കണമല്ലോ?" - ഉമ സതീശന്റെ മുഖത്ത് നോക്കാതെ വാക്കുകളുടെ മൂർച്ച കൂട്ടി.

ഇറങ്ങിപ്പോയ തന്റെ നാവ് പുറത്തേക്കെടുക്കാൻ കഴിയാതെ സതീശൻ തല താഴ്ത്തിത്തന്നെ നില്പായി. പുതിയ വീട് പണിതപ്പോൾ ഉമയുടെ എതിർപ്പ് വകവെക്കാതെയാണ് അവൻ ബെഡ് റൂമുകളിലടക്കം പറ്റാവുന്ന ഇടങ്ങളിലൊക്കെ തട്ടിൻപുറങ്ങൾ പണിതത്. വിസിറ്റിങ് റൂമിലാണ് ഏറ്റവും വലുതുള്ളത്. അതിനോടാണ് അവൾക്ക് ഏറ്റവും പരാതിയുള്ളതും. അവിടെയാണ് അവന്റെ ഗ്യാലറിയെന്ന് അവൾ എപ്പോഴും

നൊടിയും. സതീശന്റെ നാവിൽ ഹരിശ്രീ എഴുതിയ നാൾ മുതലുള്ള എഞ്ചുവടി ഉൾപ്പെടെയുള്ള പാഠപുസ്തകങ്ങളും കളിക്കോപ്പുകളും ആനുകാലികങ്ങളും എല്ലാം അവിടെയാണ് സൂക്ഷിപ്പ്. ദേഷ്യം മൂക്കുമ്പോൾ അവൾ അവയെല്ലാമെടുത്ത് കളയാൻ ശ്രമിക്കും. പക്ഷേ, സതീശന്റെ ദൈന്യമായ നോട്ടം അപ്പോഴേല്ലാം അവളെ പിന്നോട്ട് വലിക്കും.

പാത്രങ്ങളെല്ലാം യഥാസ്ഥാനത്ത് വെച്ച് സ്റ്റോർ റൂമിൽ കയറി അവനില്ലെന്ന് ഉറപ്പുവരുത്തി ഉമ അടുക്കളയിലെ ലൈറ്റണച്ചു ബെഡ്റൂമിലേക്ക് മടങ്ങി. നിഴൽപോലും ഒറ്റപ്പെടുത്തിയ ഇരുട്ടിൽനിന്ന സതീശന്റെ കാലിലൂടെ എന്തോ ചാടിമറഞ്ഞു. ഞെട്ടിത്തരിച്ച് വെപ്രാളത്തോടെ ടോർച്ചിൽ വിരലമർത്തുമ്പോഴേക്കും അവൻ എയർഹോളിലൂടെ പുറത്തേക്ക് ചാടിമറഞ്ഞിരുന്നു.

പതിവുപോലെ രാവിലെ ഉമയുടെ ശബ്ദംകേട്ടാണ് സതീശൻ കണ്ണുനുള്ളി പൊളിച്ചത്. അമ്മയുടെ പരിഭവവും കുറ്റപ്പെടുത്തലും കേട്ട് അടുത്തിരുന്ന മാളു പുഴുതിന്ന പല്ലുകൾക്കിടയിലൂടെ മിന്നിച്ചെത്തിയ ചിരിയൊളിപ്പിക്കാൻ ശ്രമിച്ചു. തലേദിവസം മുറിച്ചുവെച്ച തേങ്ങാമുറി കാണാതായതായിരുന്നു ഉമയുടെ ശുണ്ഠിക്ക് തിരികൊളുത്തിയത്. ചൈനീസ് പടക്കംപോലെ അത് പൊട്ടുന്നത് സതീശൻ കണ്ണടച്ച് കേട്ടുകൊണ്ടിരുന്നു.

അവൾ പറയുന്നതിൽ കാര്യമുണ്ടെന്ന് സതീശന് അപ്പോഴും തോന്നി. പാത്രങ്ങളെ തൊട്ടുംതലോടിയും ഭക്ഷണസാധനങ്ങളെ ചുംബിച്ചും കൊണ്ടാണ് അവന്റെ നിശാസഞ്ചാരം. ഫ്രിഡ്ജിന്റെയും ടി വിയുടെയും കേബിളും അവൻ രുചിച്ചുനോക്കി പലവട്ടം. എന്നിട്ടും സതീശന് കുലുക്കമുണ്ടായില്ല.

തട്ടിൻപുറത്ത് അടുക്കിവെച്ച പുസ്തകങ്ങൾക്കിടയിലൂടെ അതിവേഗ ട്രെയിൻ പോലെ പാഞ്ഞുപോയ അവന്റെ വാൽ സതീശനെ സ്തബ്ധനാക്കി. അതിന്റെ വാൽ മാത്രമേ കാണാൻ കഴിഞ്ഞുള്ളൂവെന്ന സങ്കടം അപ്പോഴുമുണ്ടായി. വർഷങ്ങളായി നിധിപോലെ കാത്ത പുസ്തകങ്ങൾ മുക്കാലും അവന്റെ ഭക്ഷണമായിരിക്കുന്നു. അവന് ഭക്ഷ്യസുരക്ഷ ഒരുക്കാനാണോ താൻ അവ സൂക്ഷിച്ചതെന്നുപോലും സതീശൻ പരിതപിച്ചു. പുറംചട്ടം മാത്രം അവശേഷിപ്പിച്ച് പ്രീഡിഗ്രി ക്ലാസിലെ ഭൗതികശാസ്ത്രം പുസ്തകം ഭൗതികലോകം വെടിഞ്ഞിരിക്കുന്നു. രസതന്ത്രം പുസ്തകത്തിന് അത്ര രസമുണ്ടായിരുന്നില്ലെന്ന് അതിന്റെ മിച്ചംവന്ന താളുകൾ ഓർമ്മപ്പെടുത്തി.

പത്താം ക്ലാസിലെ മലയാളം പുസ്തകത്തിൽ ഒളിപ്പിച്ചുവെച്ച മയിൽപ്പീലിത്തുണ്ട് പെറ്റുപെരുകാതെ മച്ചിയായി അവന്റെ കാഷ്ഠത്തിനിടയിൽ കിടക്കുന്നതുകണ്ട് സതീശന്റെ കണ്ണ് നനഞ്ഞു. ഒരു നിമിഷം സതീശൻ നിക്കറിട്ട ഹൈസ്കൂൾ വിദ്യാർത്ഥിയായി. സാവിത്രിയുടെ വട്ടമുഖം പോലെ കണ്ണീർ വട്ടംവട്ടമായി തുളുമ്പാൻ തുടങ്ങി. ചുണ്ടുകൾ വിതുമ്പലിന്റെ വക്കിലെത്തി. അവൾ കൊടുത്ത ആലിലയ്ക്കായി അവൻ

കണക്ക് പുസ്തകം പരതി. ഒരു പുനരന്വേഷണത്തിന് നിന്നുകൊടുക്കാൻ തയ്യാറല്ലെന്ന മട്ടിൽ കണക്കുപുസ്തകം അവിടെനിന്നും അപ്രത്യക്ഷമായിരിക്കുന്നു. സതീശന്റെ നെഞ്ചിലെവിടെയോ പാറക്കെട്ടുകൾ എഴുന്നു നിന്നു. ഉറക്കെ കരയണമെന്നായി.

"അച്ഛാ... അച്ഛനവിടെ എന്തെടുക്കുകയാ...?"- മാളുവിന്റെ ഉറക്കെയുള്ള ചോദ്യം കരയോളമെത്തിയ കരച്ചിൽ തിരമാലകളെ തിരികെയോടിച്ചു. ഇത്രയും വലിയ വീടും തട്ടിൻപുറവും ഉണ്ടായിട്ടും ഒന്നുറക്കെ കരയാൻപോലും തനിക്ക് ഇടമില്ലല്ലോ എന്നവൻ പരിതപിച്ചു. പലപ്പോഴും ഒന്നുറക്കെ കരയാൻ അവന് തോന്നിയിട്ടുണ്ട്. പക്ഷേ, ഏഴു വയസ്സുകാരിയുടെ അച്ഛന്, പക്വമതിയായ ഉമയുടെ ഹാൻഡ്സം ഭർത്താവിന്, സഹകരണ ബാങ്കിലെ കണക്കപ്പിള്ളയ്ക്ക് എങ്ങനെ അതിന് കഴിയും? സാഹചര്യംകൊണ്ട് വന്ന കരച്ചിലുകളെല്ലാം സതീശൻ കൺകുഴികളിൽ തന്നെ വറ്റിച്ചുതീർത്തു.

ശേഷിച്ച പുസ്തകങ്ങളും മാഗസിനുകളും അടുക്കിവെച്ച് തട്ടിൻപുറത്ത് നിന്നിറങ്ങിയ സതീശൻ കനംവെച്ച ഉച്ചവെയിലിൽ ചവിട്ടി പട്ടണം ലക്ഷ്യമാക്കി.

കടയിൽ നിരത്തിവെച്ച വ്യത്യസ്തമായ കെണികളിൽ ഏതുവേണം എന്നത് സതീശനെ ആശയക്കുഴപ്പത്തിലാക്കി. മരണമൊരുക്കാനുള്ള വ്യത്യസ്തമായ വഴികളായിരുന്നു ആ ഇരുട്ടുമുറി നിറയെ. തകിടിലും മരത്തിലും ഫൈബറിലും തീർത്ത എലിപ്പെട്ടികൾ. തകിടിന്റെ പെട്ടിയിൽ കുരുങ്ങുന്ന എലിക്ക് ആസന്നമായ മരണത്തിന് മുൻപ് ഈ ലോകത്തെ ഒന്നുകൂടി കാണാനുള്ള ഔദാര്യം എന്ന നിലയിൽ നിറയെ ചതുരക്കണ്ണുകൾ. മരത്തിന്റെ പെട്ടിയിൽ വീഴുന്നവന് പിന്നെ പുറംകാഴ്ച അസാദ്ധ്യമായിരുന്നു. മരണത്തിന്റെ ഗുഹാമുഖം പോലെ തോന്നിച്ച ജീവൻവെട്ടി. പരന്ന പ്രതലത്തിൽ വശങ്ങളിൽ ഉറപ്പിച്ചുനിർത്തിയ മൂർച്ചയുള്ള ബ്ലേഡുകളിൽ കുടുങ്ങുന്ന എലിയുടെ ശിരച്ഛേദം ചെയ്യുന്നതായിരുന്നു അതിന്റെ സംവിധാനം. തന്റെ ഇന്നലെകളും ഇന്നും കാർന്നുതിന്ന് നാളെയിലേക്ക് നീളൻ വാലുമായി കുതിച്ചുപായുന്ന അവൻ ഏതു തരത്തിലുള്ള മരണമാണ് അർഹിക്കുന്നതെന്ന് സതീശൻ സ്വയം ചോദിച്ചുകൊണ്ടിരുന്നു.

"സാറെ അധികം ആലോചിക്കേണ്ട... എലി ഗണപതി ഭഗവാന്റെ വാഹനമാണെന്നും അതിനെ കൊല്ലുന്നത് തങ്ങളുടെ വികാരം വ്രണപ്പെടുത്തുന്നുവെന്നും പറഞ്ഞ് ആരെങ്കിലും വരുന്നതിന് മുൻപ് നമുക്ക് അവയെ കൊല്ലാം..." - കടക്കാരൻ ആരും കേൾക്കുന്നില്ലെന്ന് ഉറപ്പുവരുത്തി പറഞ്ഞു.

"എത്ര എലിയുണ്ട് സാറേ?"

"ഒന്ന്" ഏതുമരണമാണ് അവന് നല്കേണ്ടതെന്ന ധർമ്മസങ്കടത്തോടെ കെണികളിൽ നോക്കി സതീശൻ പറഞ്ഞു.

"ഓ.. ഒന്നേയുള്ളൂ..."

"ഇനിയിപ്പോൾ സാറിന് എലിയെ കൊല്ലാൻ പേടിയുണ്ടെങ്കിൽ അതിനെ കൂട്ടത്തോടെ ഓടിച്ചുവിടുന്ന മെഷീനും ഇവിടെയുണ്ട് സാറെ..." കടക്കാരൻ മേശപുറത്ത് പായ്ക്ക് ചെയ്തുവെച്ച ചതുരപ്പെട്ടി തുറന്നു.

അതൊരു വൈദ്യുതി ഉപകരണമായിരുന്നു. എലികളെ കൊല്ലാതെ ഓടിച്ചുവിടുന്ന യന്ത്രപ്പെട്ടി. യന്ത്രത്തിൽനിന്നും പ്രവഹിക്കുന്ന 40 മുതൽ 45 കിലോ ഹെട്സ് വരെ ഫ്രീക്വൻസിയുള്ള അൾട്രാസോണിക് ശബ്ദതരംഗങ്ങൾ എലികളെ ഓടിച്ചുവിടും. - കടക്കാരൻ ഒരുനിമിഷം ശാസ്ത്രാദ്ധ്യാപകനായി. എലികൾക്ക് മാത്രം കേൾക്കാൻ കഴിയുന്നതാണ് ഈ ശബ്ദം. അതോടെ എലികൾ അസ്വസ്ഥരാകും. 1500 ചതുരശ്രയടി ചുറ്റളവിലാണ് ഈ തരംഗം വലയം ചെയ്യപ്പെടുക. ഈ പരിധിക്കുള്ളിൽ തുടർച്ചയായി ഒരു ഹോൺ അടിക്കുന്നതുപോലെയാണ് എലികൾക്ക് അനുഭവപ്പെടുക. ശ്രവണ സമ്മർദ്ദത്തെ തുടർന്ന് അസ്വസ്ഥരാകുന്ന എലികൾ ആ ദേശത്തുനിന്നും ഓടി രക്ഷപ്പെടും...കടക്കാരൻ പറഞ്ഞു.

ആ യന്ത്രം വേണ്ടെന്ന് സതീശൻ ഉറപ്പിച്ചു. തന്റെ ബാല്യവും കൗമാരവും മയിൽപ്പീലിയും ആലിലയും പുസ്തകങ്ങളും കരണ്ടുതിന്നുന്ന ആ എലിയെ തനിക്ക് കാണണം. ഇതുവരെ അതിന്റെ നീളൻ വാല് മാത്രമേ താൻ കണ്ടിട്ടുള്ളൂ. അതിനെ ജീവനോടെ കാണണം. തകിടിന്റെ പെട്ടിയിൽക്കിടന്ന് അവൻ ജീവനുവേണ്ടി യാചിച്ച് എനിക്ക് മുന്നിൽ തലങ്ങും വിലങ്ങും ഓടണം. മരണവെപ്രവാളത്തോടെയുള്ള അവന്റെ കരച്ചിൽ കേൾക്കണം. സതീശൻ നിറയെ തുളകളുള്ള എലിപ്പെട്ടിയെടുത്ത് കടക്കാരന് നേരെനീട്ടി.

"കപ്പയും ചുട്ടതേങ്ങയുമാണ് എലികൾക്ക് കൂടുതൽ ഇഷ്ടം. അവ പെട്ടിക്കുള്ളിൽ തൂങ്ങിക്കിടക്കുന്ന കൊളുത്തിൽ തറപ്പിച്ചുനിർത്തണം. വേണമെങ്കിൽ അല്പം വിഷംകൂടി ചേർക്കാം." പെട്ടിയും തൂക്കി മടങ്ങാൻ തുടങ്ങിയ സതീശനോട് കടക്കാരൻ പതുക്കെ പറഞ്ഞു.

ഇലക്ട്രോണിക്സ് കടയുടെ മുന്നിൽ പരുങ്ങിനിന്ന സതീശനെ ചെറുപ്പക്കാരനായ കടക്കാരൻ പയ്യൻ ചൂഴ്ന്നൊന്നുനോക്കി. "ഇതിൽ ഒരു ഒളിക്യാമറ ഫിറ്റ് ചെയ്യണം.'' എലിപ്പെട്ടി നീട്ടി അടുത്താരുമില്ലെന്ന് ഉറപ്പുവരുത്തി സതീശൻ ശബ്ദം താഴ്ത്തി പറഞ്ഞു.

സതീശന്റെ ആവശ്യംകേട്ട് ഒരു നിമിഷം അന്തംവിട്ട പയ്യൻ പൊട്ടിച്ചിരിച്ചു. "എലിപ്പെട്ടിയിലും ഒളിക്യാമറയോ? ഹ ഹ ഹ..."

"അധികം ചോദ്യമൊന്നും വേണ്ട... ഇവിടെ നീ സോപ്പുപെട്ടിയിൽ വരെ ക്യാമറവെക്കുന്ന കാര്യം എനിക്കറിയാം...അതൊന്നും പറയാൻ നേരവുമില്ല..." ജാള്യത മറയ്ക്കാൻ ശ്രമിച്ചു സതീശൻ ഭീഷണിസ്വരമുയർത്തി. മറുചോദ്യമൊന്നും ഉന്നയിക്കാതെ നിശ്ശബ്ദനായി പയ്യൻ എലിപ്പെട്ടിവാങ്ങി അതിൽ ക്യാമറ ഘടിപ്പിച്ചു.

"താൻ പേടിക്കേണ്ട... ഇത് കുളിമുറിയിലും ബെഡ്റൂമിലൊന്നും വെക്കാനല്ല.."- പരിഭ്രമത്തോടെ നിന്ന പയ്യന്റെ കൈയിൽ പണംവെച്ച്

സതീശൻ വീട്ടിലേക്ക് നടന്നു.

ഡിഷ് കേബിൾ വഴി എയർഹോൾസിലൂടെയാണ് എലി തട്ടിൻ പുറത്തെത്തുന്നത്. വിസിറ്റിങ് റൂമിലിറങ്ങി അടുക്കള വാതിലിന്റെ താഴെ ഭാഗത്തുള്ള വിടവിലൂടെ അടുക്കളയിലെത്തും. അവിടെനിന്നും സ്റ്റോർ റൂമിലും- എലിയുടെ റൂട്ട് ഉമ അനാദ്യമായി ആഹ്ലാദത്തോടെ വിവരിച്ചു.

എലിപ്പെട്ടിയുടെ കൊളുത്തിൽ പുറംതൊലി കളഞ്ഞ കപ്പ ഉറപ്പിച്ചു നിർത്തി. ഉമയുടെ നിർദ്ദേശപ്രകാരം അടുക്കള വാതിലിന് സമീപം എലിപ്പെട്ടി സ്ഥാപിച്ചു. എലിപ്പെട്ടിയിൽ ഘടിപ്പിച്ച ക്യാമറയുടെ കേബിൾ ബെഡ്റൂമിലെ കമ്പ്യൂട്ടറിൽ ഘടിപ്പിച്ച് കമ്പ്യൂട്ടറിന് മുന്നിൽ ഇരിപ്പുറപ്പിച്ചു. "അവൻ മരണത്തിന്റെ ഗുഹാമുഖത്തേക്ക് നടന്നടുക്കുന്നത് എനിക്ക് കാണണം."- കമ്പ്യൂട്ടറിൽ മിഴിനട്ട് സതീശൻ ആരോടെന്നില്ലാതെ പറഞ്ഞു.

ലൈറ്റണച്ച് ഉറക്കം നടിച്ചുകിടന്ന ആ വീട്ടിലേക്ക് പതിവുപോലെ എലിവരുന്നത് സതീശൻ ആദ്യമായി കണ്ടു. ഉമ പറഞ്ഞ അതേ റൂട്ടിലൂടെ അവൻ...മോണിറ്ററിൽ ആ മുട്ടൻ എലിയെ കണ്ട സതീശന്റെ കണ്ണുകൾ പുറത്തേക്ക് തള്ളി, വായ തുറന്നു...ഇനി എന്തും സംഭവിക്കാനുള്ള നിമിഷം... അരമീറ്ററോളം വരുന്ന നീളൻ വാൽ, തടിച്ചുകൊഴുത്ത ശരീരം... സ്റ്റോർ റൂമിൽ എത്തിനില്ക്കുന്നു. അവനിപ്പോൾ എലിപ്പെട്ടിയെ വലം വെക്കുന്നു...സതീശന്റെ ഹൃദയം പെടപെടാ ഇടിച്ചു. ഉമ ചൂണ്ടുവിരലിന്റെ നഖം കടിച്ചു സതീശന്റെ മുതുകിൽ കൈയമർത്തിക്കൊണ്ടിരുന്നു....എലി, പെട്ടിക്കുള്ളിൽ കയറിയയുടനെ സന്തോഷത്തോടെ സതീശൻ ചാടിയെഴുന്നേറ്റു. മാളുമോൾ കൈയടിച്ചു.... ഉമ അടുക്കളയിലേക്ക് ഓടാൻ തുടങ്ങവെ ഞൊടിയിടയിൽ പെട്ടിയിൽ കൊളുത്തിവെച്ച കപ്പ കഷണം തിന്നു ഒന്നുംസംഭവിക്കാത്ത മട്ടിൽ എലി പുറത്തേക്കിറങ്ങി. സതീശന്റെ മുഖം ചുട്ടപപ്പടംപോലെയായി... ആ മുഖത്ത് കോപവും സങ്കടവും ഇരച്ചെത്തി. ദേഷ്യത്തോടെ മുഖമെടുത്തെറിഞ്ഞ് ഉമ കട്ടിലിൽ പോയി വീണു. കീരിക്കാടൻ ജോസിനെ പോലെ ഇറങ്ങിപ്പോകുന്ന എലിയും സേതുമാധവനെപോലെ പകച്ചുനില്ക്കുന്ന സതീശനും.

തുടർന്നുള്ള മൂന്ന് ദിവസങ്ങളിലും കപ്പയും ചുട്ടതേങ്ങാപ്പൂളും മാറി മാറി പരീക്ഷിച്ചെങ്കിലും എലി വിദഗ്ദ്ധമായി അത് അകത്താക്കി ഏമ്പക്കമിട്ടു പോകുന്നത് മോണിറ്ററിന്റെ മിനുത്ത പ്രതലത്തിൽ നോക്കിനില്ക്കാനേ സതീശന് കഴിഞ്ഞുള്ളൂ.

"സതീശേട്ടൻ വാങ്ങിയ എലിപ്പെട്ടിക്ക് എന്തോ കുഴപ്പമുണ്ട്."- ഉമ കുറ്റപ്പെടുത്തൽ തുടർന്നു. പകൽവെളിച്ചത്തിലും ആ മുട്ടനെലി തട്ടിൻ പുറത്തും ബെഡ്റൂമിലും അടുക്കളയിലും ഒളിച്ചുകളിക്കുന്നത് ഭയം ഒട്ടിപ്പിടിച്ച കണ്ണോടെ സതീശൻ നോക്കിനിന്നു. പിന്നീട് ഒരു വെല്ലുവിളിയെന്നോണമായി ആ വീട്ടിൽ എലിയുടെ പരാക്രമം. ഉറക്കത്തിൽ എലിയെന്ന് കരഞ്ഞു മാളുമോൾ ഞെട്ടിയുണർന്നു. സതീശന്റെ ഒളിക്യാമറ വെച്ച എലിപ്പെട്ടിയും എലിയും നാട്ടിൽ ചർച്ചയായി. വർഷങ്ങളായി അതു

വഴി വരാത്തവരടക്കം നിരവധി പേർ വീട് തേടിപ്പിടിച്ചെത്തി. നാവിറങ്ങി പോയി ചുണ്ടുകൾ ഒട്ടിപ്പിടിച്ച് തന്റെ മുഖം എലിയുടെ മുഖമായി രൂപാന്തരം പ്രാപിക്കുന്നതായി സതീശൻ ഭയപ്പെട്ടു.

കോയക്കാന്റെ കപ്പക്കൃഷിയും ജബ്ബാറിന്റെ ചേനക്കൃഷിയും ഏലിയാമ്മയുടെ കൈതച്ചക്ക കൃഷിയും നശിപ്പിക്കുന്നത് സതീശന്റെ വളർത്തെലിയാണെന്ന് സംസാരവുമുണ്ടായി. കുത്തുവാക്കുകളും പരിഹാസങ്ങളും 'എലീശൻ' എന്നുള്ള വിളിയും കേട്ടുമടുത്ത സതീശൻ ലോങ് ലീവെടുത്ത് വീട്ടിലിരിപ്പായി. സ്കൂളിൽ മൗസ് മാളുവെന്ന പേരുവന്ന ദിവസം മകൾ കരഞ്ഞുകൊണ്ടു വീട്ടിലെത്തി.

ജാനുവമ്മയുടെ വീട്ടിൽ ഐശ്വര്യമുള്ള എലിപ്പെട്ടിയുണ്ടെന്ന കേട്ട സതീശൻ ചാടിയെഴുന്നേറ്റു. "ദിവസവും അഞ്ചുംആറും എലികളാണത്രേ അതിൽ കുടുങ്ങുന്നത്. അടുത്തവീടുകളിലെല്ലാം ആ പെട്ടിയാണത്രേ ഉപയോഗിക്കുന്നത്. ആവശ്യക്കാർ കൂടിയതോടെ പെട്ടിക്ക് വാടകയും ഈടാക്കിത്തുടങ്ങി"- ഉമ പറഞ്ഞുമുഴുമിപ്പിക്കും മുൻപെ അതിനായി പോകാനിരുന്ന സതീശന് മുന്നിൽ മച്ചിൽനിന്നും എലി ചാടിയിറങ്ങി, പല്ലുകൾ വക്രിച്ചു, ഇളിച്ചുകാട്ടി നീണ്ട വാലുകൊണ്ട് ഉമയുടെ കാലിൽ തല്ലി അത് തട്ടിൻപുറത്തേക്ക് ഓടിക്കയറി.

ഐശ്വര്യമുള്ള എലിപ്പെട്ടിയുമായി തിരിച്ചുവന്ന ദിവസം ആ വീട് ഉറക്കം നടിച്ചുകിടന്നത് വെറുതെയായില്ല. "ജാനുഅമ്മയുടെ എലിപ്പെട്ടി കൊള്ളാം..." കൂട്ടിനുള്ളിൽനിന്നും രക്ഷപ്പെടാൻ പരക്കംപാഞ്ഞ എലിയെ നോക്കി ഉമ പറഞ്ഞു. തന്റെ ഉറക്കം കെടുത്തിയ വിലപ്പെട്ടതെല്ലാം തിന്നുതീർത്ത, അപമാനം ടാഗുചെയ്ത ശത്രുവിനെ കണ്ടപ്പോൾ സതീശന്റെ മുഖം ഭീതിദമായി. പെട്ടിയിൽ കുടുങ്ങിയിട്ടും തല കുനിക്കാതെ അവന്റെ കണ്ണുകളിലേക്ക് കൂർത്ത നോട്ടമയച്ച് എലി കൊളുത്തിൽ കൊരുത്തിവെച്ച കപ്പകഷണം വലതുകൈയിൽ പിടിച്ച് ചവച്ചരച്ചുതിന്നു. സതീശനിൽ കോപം ഊറിത്തുളുമ്പി. തൂക്കിലേറ്റപ്പെടുന്നവന്റെ അന്ത്യ അത്താഴം പോലെ എലി കപ്പക്കഷണം ആസ്വദിച്ചുകഴിച്ചു. മരണത്തിന് തൊട്ടുമുന്നിൽ നില്ക്കുമ്പോൾ ഭക്ഷണത്തിന് നല്ല സ്വാദെന്ന് അവന്റെ ചലനങ്ങൾ സാക്ഷ്യപ്പെടുത്തി.

നീണ്ടവാലും കൂർത്ത ചുണ്ടുകളും മാംസത്തിൽനിന്നും എഴുന്നുനില്ക്കുന്ന രോമങ്ങളും. എലിയെ ഇത്ര അടുത്ത് ആദ്യമായി കാണുകയായിരുന്നു സതീശൻ. ഓരോ ജീവനും അതിന്റേതായ സൗന്ദര്യമുണ്ട്. തന്റെ ശത്രുവായാലും അതിനെത്ര സൗന്ദര്യം- സതീശൻ എലിയെ നോക്കിയിരുന്നു. അപ്പോഴും ഒന്നും സംഭവിച്ചില്ലെന്ന മട്ടിൽ വിശ്രമിക്കുകയായിരുന്നു എലി.

നേരം വെളുക്കുന്നതിന് മുൻപ് അതിനെ എന്തെങ്കിലും ചെയ്യണമെന്ന് പറഞ്ഞു ഉമ മകളെയും തോളത്തിട്ട് ബെഡ്റൂമിൽ കയറി ലൈറ്റണച്ചു. എന്തെങ്കിലും ചെയ്യണം എന്നവൾ പറഞ്ഞത് അതിനെ കൊല്ലണം എന്നുതന്നെ. ഇക്കാലത്ത് അങ്ങനെയല്ലേ പറയാൻ പറ്റൂ... അവൾ

പറഞ്ഞത് ആരെങ്കിലും കേട്ടിട്ടുണ്ടാകുമോയെന്ന ആശങ്കയ്ക്ക് മേൽ എലിയെ എങ്ങനെ കൊല്ലുമെന്ന പരിഭ്രാന്തി കയറിവന്നു. ശത്രുവാണെങ്കിലും അന്തസ്സുള്ള മരണമായിരിക്കണം. വിഷം പുരട്ടിയ കപ്പ കൊടുത്തും വിറക് കമ്പുകൊണ്ട് കുത്തിയും അതിന്റെ ജീവനെടുക്കാം. കുട്ടിക്കാലത്ത് അച്ഛൻ എലിയെ പിടിച്ച് പെട്ടിയോടെ വെള്ളത്തിലേക്ക് കമഴ്ത്തുന്നത് അവൻ നോക്കിനിന്നിട്ടുണ്ട്. അന്ന് അതൊരു കൗതുകമായിരുന്നു. എലി പെട്ടിക്കുള്ളിൽ കിടന്ന് പിടയ്ക്കുന്നതും പെട്ടി വെള്ളത്തിൽ കമഴ്ത്തിപ്പിടിക്കുമ്പോൾ അച്ഛന്റെ മുഖത്തെ മസിലുകൾ പുറത്തേക്ക് തള്ളിവരുന്നതും സതീശൻ ഓർത്തു. ഒടുവിൽ ജലോപരിതലത്തിലേക്ക് രണ്ടോ മൂന്നോ കുമിളകൾ പറത്തി എത്രയോ എലികൾ ചാവുന്നത് അവൻ നോക്കിനിന്നിട്ടുണ്ട്. അതെല്ലാം പകൽ വെളിച്ചത്തിലായിരുന്നു. പക്ഷേ, ഇപ്പോൾ...

സതീശന്റെ തലയിലൂടെ ആയിരം പെരുച്ചാഴികൾ പരക്കംപാഞ്ഞു. എത്തുംപിടിയും കിട്ടാതെ സതീശൻ എലിപ്പെട്ടിയുടെ മുകളിൽ കൈവെച്ചു. എലി സതീശന്റെ കണ്ണിലേക്ക് തന്നെ നോക്കി. ശിക്ഷ വിധിക്കാൻ പോകുന്ന ന്യായാധിപനെപ്പോലെ സതീശനിൽ കടൽ ഇരമ്പിയാർത്തു.

രാവിലെ ബിഗ്ഷോപ്പറുമായി സതീശൻ ആരോടും പറയാതെ പുറത്തേക്കിറങ്ങി. വഴിവക്കിൽ രുഗ്മിണിയുടെ നോട്ടം ഇടവഴിയിലൂടെ തലതാഴ്ത്തി നടക്കുന്ന സതീശനിൽ പതിഞ്ഞു. റഫീഖിന്റെ ചോദ്യവും ചെത്തുകാരൻ മത്തായിയുടെ കൂക്കുവിളിയും കേട്ടില്ലെന്ന് നടിച്ച് സതീശൻ ബിഗ്ഷോപ്പറുമായി മണിച്ചേരി മലകയറി. അപ്പോൾ ബിഗ്ഷോപ്പറിനകത്ത് ഇളകിയാടുന്ന ഇരുട്ടിലേക്ക് മിഴിച്ചുനോക്കുകയായിരുന്നു എലി.

പാതിതിന്നുതീർത്ത ബൺപോലെ മണിച്ചേരിമല സതീശന്റെ മുന്നിൽ. ബിഗ്ഷോപ്പറിൽനിന്നും പുറത്തെടുത്ത എലിപ്പെട്ടി തുറക്കുമ്പോൾ സതീശന്റെ കൈ വിറച്ചു. തുറന്നിട്ട പെട്ടിയിൽനിന്നും പുറത്തിറങ്ങാതെ എലി സതീശനെ തന്നെ നിമിഷനേരം നോക്കി, പിന്നീട് പുറത്തേക്ക് ചാടിയിറങ്ങി ബണ്ണിൽ ഒളിപ്പിച്ചുവെച്ച ഉണക്കമുന്തിരി കണക്കെ മലയുടെ അടിവാരത്തിൽ ചേർന്നുകിടന്നു. താഴ്വരയിൽ നിന്നും എത്തി നോക്കിയ ചൂടുള്ള കാറ്റ് സതീശന്റെ തലയിൽ വട്ടം ചുറ്റി. താഴെയിറങ്ങാൻ തുടങ്ങിയ സതീശന് മുന്നിൽ 'എടാ' എന്നാക്രോശിച്ച് ത്രിശൂലങ്ങളുമായി ആൾക്കൂട്ടം ഇരമ്പിയാർത്തു. തനിക്ക് മുന്നിൽ എലിപ്പെട്ടിയുടെ വാതിൽ തുറക്കുന്നതു സതീശൻ കണ്ടു.

സ്മേര ജീവൻ

സ്മേര മോൾ സ്കൂൾ വിട്ടുവരുമ്പോൾ വരാന്തയിൽ ഇരുന്ന് തൂവാലയിൽ വർണ്ണനൂലുകൊണ്ട് പൂമ്പാറ്റ തുന്നിപിടിപ്പിക്കുകയായിരുന്നു അമ്മ. ചെരുപ്പനക്കം കേട്ടപ്പോൾ തന്നെ അമ്മയ്ക്ക് അത് സ്മേരയാണെന്ന് മനസ്സിലായി. അവർ സൂചി താഴെവെച്ച് മുകളിലേക്ക് നോക്കി ചിരിച്ചു. വരാന്തയിലെ തിണ്ണയിൽ ബാഗ് വെച്ച് സ്മേര അമ്മയുടെ മടിയിലേക്ക് ആഹ്ലാദത്തോടെ ചാടിയിരുന്നു. "അസ്സലായിട്ടുണ്ട്... അമ്മ തുന്നിയ പൂമ്പാറ്റ." "ശരിക്കും!" അമ്മ ചോദിച്ചു. "അതേ അമ്മേ... വർണ്ണ ചിറകുള്ള പൂമ്പാറ്റ...!" അമ്മയുടെ മനസ്സിൽ ഒരു തുണ്ട് നീലാകാശം തെളിഞ്ഞു. അവൾ അമ്മയുടെ കൈയിൽനിന്നും തൂവാല വാങ്ങി നിവർത്തിപിടിച്ചു. പൂമ്പാറ്റ, ഞാനിപ്പോൾ പറക്കുമേ എന്ന മട്ടിൽ ആകാശത്തേക്ക് കൊതിച്ചിരിക്കുന്നതുപോലെ സ്മേരയുടെ കൈയിൽ തിളങ്ങി. അവൾ രാവിലെ സ്കൂളിൽ പോകുമ്പോൾ അമ്മയ്ക്ക് അരികിൽ ഇനം തിരിച്ചുവെച്ച പലനിറങ്ങളിലുള്ള നൂലുകൾ പറഞ്ഞതിൽനിന്നും ഒന്നുപോലും മാറാതെ അമ്മ തുന്നിപിടിപ്പിച്ചിരിക്കുന്നു. അമ്മ സ്മേരയുടെ മുഖത്ത് കടുപ്പത്തിലൊരു മുത്തം നല്കി.

"ഇന്ന് സൂചികൊണ്ട് നിറയെ കുത്തുകൊണ്ടിട്ടുണ്ടല്ലോ അമ്മാ... സ്മേര മോൾ അമ്മയുടെ ഉള്ളംകൈ പരിശോധിച്ചു. സൂചി പാഞ്ഞ ചോരക്കുത്തുകളിൽ നീറുന്ന അമ്മയുടെ കൈയെടുത്ത് അവൾ ഊതിക്കൊടുത്തു.

അമ്മയോട് ഞാൻ പറഞ്ഞതല്ലേ ജോലി ചെയ്യുമ്പോൾ ഒന്നും ഓർക്കരുതെന്ന്. അതല്ലേ ഈ കൈ നിറയെ ചോരക്കുത്തുകൾ..." സ്മേര പരിഭവിച്ചു.

"ഇല്ല മോളേ, അമ്മയ്ക്ക് നോവുന്നില്ല... "

"എന്നിട്ടാ അമ്മയുടെ കണ്ണ് നിറഞ്ഞത്..." സ്മേര അമ്മയുടെ വെളിച്ചം പടിയിറങ്ങിപ്പോയ കറുപ്പ് തടംകെട്ടിയ കണ്ണുകളിൽനിന്നും ഊർന്നിറങ്ങിയ കണ്ണീർത്തുള്ളികൾ ഉള്ളംകൈയാൽ തുടച്ചു.

"അമ്മ വലതും കഴിച്ചോ?" അമ്മ ഒന്നും പറഞ്ഞില്ല. വീട്ടിൽ സാധനങ്ങൾ തീർന്നകാര്യം മോളറിയേണ്ട... "കഴിച്ചു മോളേ" അവർ കള്ളം പറഞ്ഞു. "നാളെയും മറ്റന്നാളും സ്മേര മോൾക്ക് സ്കൂൾ ഇല്ലല്ലോ..ശനിയും ഞായറുമല്ലേ... ഈ ആഴ്ചയുണ്ടാക്കിയ തൂവാലകളും മെഴുകുതിരിയും ബസ് സ്റ്റാൻഡിൽകൊണ്ടുപോയി വിറ്റാൽ കാശ് കിട്ടും..." അമ്മ നെടുവീർപ്പിട്ടു.

"ഇല്ല, അമ്മ ഒന്നും കഴിച്ചില്ലെന്ന് എനിക്കറിയാം" എന്നുപറഞ്ഞവൾ ബാഗിൽ സൂക്ഷിച്ച ചോറ്റ്പാത്രത്തിൽനിന്നും ചോറും പയറും എടുക്കാനായി ബാഗ് തുറന്നു. സ്കൂളിൽ അവൾ കഴിച്ചശേഷം അമ്മയ്ക്കായി ആരുമറിയാതെ എടുത്തുവച്ചതായിരുന്നു അത്. രണ്ടാംതവണ വാങ്ങിയ ചോറും പയറും അവൾ തന്റെ ഹൃദയംപോലെ ബാഗിൽനിന്നും പുറത്തെടുത്തു. അതിന്റെ ചൂട് വിട്ടില്ലല്ലോ എന്ന് ഒന്നുകൂടി ഉറപ്പുവരുത്തി. ഇല്ല... ഇളംചൂടുണ്ട്. രാവിലെ അടുക്കളയിൽ അമ്മ പതിവില്ലാത്ത വേവലാതിയോടെ നിന്നപ്പോൾ തന്നെ അവൾക്ക് കാര്യം മനസ്സിലായിരുന്നു. പരിമിതികളുടെ മതിലുകൾക്ക് ഇടയിൽ ജീവിക്കുമ്പോഴും മകളെ ഒന്നും അറിയിക്കാതിരിക്കാൻ ആ അമ്മ പാടുപ്പെട്ടു. കറുപ്പുമൂടിയ കണ്ണുകളുമായി, കാറുമൂടിയ ആകാശത്ത് അമ്മ തനിക്ക് എങ്ങനെയൊക്കയാണ് ഒരു തുണ്ട് നീലാകാശം ഒരുക്കുന്നതെന്ന് സ്മേരയ്ക്കും നന്നായി അറിയാം.

ഏഴാംക്ലാസിൽ പഠിക്കുമ്പോഴാണ് അമ്മയുടെ കണ്ണുകളിൽനിന്നും വെളിച്ചം പടിയിറങ്ങിപോയത്. പിന്നീട് ഘനീഭവിച്ച ഇരുളിൽ പ്രകാശത്തിന്റെ നേരിയ പടലം മാത്രം...അന്നുവരെ കണ്ട കാഴ്ചകൾ ഓർത്തെടുത്ത് അമ്മയിപ്പോഴും സ്വപ്നംകാണുന്നു. സ്വപ്നമില്ലാതെ ആർക്കും ജീവിക്കാൻ കഴിയില്ലല്ലോ. യാത്ര പറയാതെ ഇറങ്ങിപ്പോയ കാഴ്ചകൾ യാത്രചോദിക്കാതെ തിരികെ എത്തുമെന്ന് അവർ സ്വപ്നം കണ്ടു. നല്ല ഒരു ദിവസമെങ്കിലും സ്വപ്നം കാണാത്ത ആരുണ്ട്? ഒടുവിൽ മരണമെത്തുന്ന നാളാണ് ഏറ്റവും സുന്ദരമായ ദിവസം എന്നുപോലുമറിയാതെ മരിച്ചിട്ടും എത്രപേർ ഇവിടെ സ്വപ്നം കാണുന്നു!.

അമ്മയില്ലാത്ത തന്നെ, ആക്രിസാധനങ്ങൾ പെറുക്കി വിറ്റുകിട്ടുന്ന തുച്ഛമായ പൈസകൊണ്ട് അച്ഛൻ വളരെ കഷ്ടപ്പെട്ടു വളർത്തിയ കാലം, തിളയ്ക്കുന്ന പാത്രത്തിൽ വെന്തടിഞ്ഞ ചോറിന്റെയും പയറിന്റെയും മണംപോലെ അമ്മയിൽ അപ്പോഴും പൊന്തിവന്നു. അതുവരെ കണ്ട കാഴ്ചകൾ ഇപ്പോഴും മനസ്സിൽ എവിടെയൊക്കെയോ കല്ലിച്ചു നില്പുണ്ട്.

"അമ്മയെന്താ ഓർത്തോണ്ടിരിക്കുന്നത് കഴിക്കമ്മേ..." അകത്തേ മുറിയിൽനിന്നും യൂണിഫോം അഴിച്ചുവച്ച് പെറ്റിക്കോട്ട് ധരിച്ച് സ്മേര

പുറത്തേക്കുവന്നു. “കണ്ണ് നിറഞ്ഞിരിക്കുന്നു.. അത് ചോറിലാവണ്ട. ഉപ്പ് കൂടും...” അവൾ തമാശയായി പറഞ്ഞു. അമ്മ ഇടംകൈകൊണ്ട് പാത്രത്തിലേക്ക് ചാടാൻതുനിഞ്ഞ കണ്ണീർത്തുള്ളിയെ തുടച്ചു, ചോറും പയറും ഒരുമണിപോലും ബാക്കിവെക്കാതെ കഴിച്ചു. സ്മേര അന്ന് രാവിലെ മുതൽ അമ്മ തുന്നിയുണ്ടാക്കിയ തൂവാലകൾ മടക്കിവെച്ച് അകത്തേക്ക് കൊണ്ടുപോയി...

അമ്മയുണ്ടാക്കിയ മെഴുകുതിരികൾ ഒന്നെടുത്ത് കത്തിച്ച് സ്മേര പഠിക്കാനിരുന്നു. അമ്മ അവൾക്കരിലിരുന്ന് മെഴുകുതിരികൾ എണ്ണി പാക്ക് ചെയ്യുന്നതിൽ വ്യാപൃതയായി. “അമ്മയ്ക്കറിയോ പരീക്ഷ പേപ്പറ് കിട്ടി.. അമ്മയുണ്ടാക്കുന്ന മെഴുകുതിരിക്ക് നല്ലവെളിച്ചാ... എനിക്ക് എല്ലാത്തിനും എ പ്ലസ് ഉണ്ട്...”

അതുകേട്ട് അമ്മയുടെ ഹൃദയം ഒരു നിമിഷം ആർദ്രമായി. സ്മേര മോൾ പരീക്ഷ പേപ്പർ ബാഗിൽനിന്നെടുത്ത് മാർക്ക് എഴുതിയ സ്ഥലത്ത് അമ്മയുടെ ഉള്ളംകൈ കൊണ്ടുപോയി ചേർത്തുവെച്ചു. “ഇതാ ഇവിടെയാ അമ്മേ മാർക്കിട്ടത്.. ഫുൾ മാർക്കാ... അമ്മേ... അമ്മേടെ മോള് മിടുക്കിയാ അമ്മേ...” അമ്മ മകളെ നെഞ്ചോട് ചേർത്ത് ഉള്ളംകൈയാൽ പേപ്പറിൽ മാർക്കിട്ടഭാഗത്ത് നിർവൃതിയോടെ തലോടി. രണ്ടുപേരുടെയും കണ്ണുകൾ നിറഞ്ഞുതുളുമ്പി.

പലകയിൽ തൂക്കിയിട്ട മുഖക്കണ്ണാടി എടുത്ത് സ്മേര നോക്കി. “ഞാൻ സുന്ദരി ആയിട്ടുണ്ട് അമ്മേ..” അതുകേട്ട് അമ്മയുടെ ഉള്ളൊന്ന് കാളി...

“ആരു പറഞ്ഞു?”

“അടുത്തവീട്ടിലെ ചേട്ടന്മാരും സ്കൂളിലെ കടയിൽ മിഠായി വില്ക്കുന്ന അപ്പൂപ്പനും എന്നെ സുന്ദരി എന്നാണല്ലോ വിളിക്കുന്നത്.”

അതുകേട്ട് അമ്മയ്ക്ക് ദേഷ്യംവന്നു. അതുവരെ അകത്തുണ്ടായിരുന്ന ഭയത്തിന്റെ തീക്കനലിൽ കാറ്റ് വന്ന് തൊട്ടപോലെ അമ്മയുടെ ഉള്ള് പുകഞ്ഞു.

“വേണ്ട നീ സുന്ദരി ആവണ്ട. അതിന്റെ പ്രായം നിനക്ക് ആയിട്ടില്ല.” അവർ പൊട്ടിത്തെറിച്ചു. “നീ അഞ്ചാംക്ലാസിൽ എത്തിയിട്ടേയുള്ളൂ. പഠിച്ച് പഠിച്ച് വല്യ ആളാകുന്നതുവരെ നീ സുന്ദരി ആവണ്ട...” അമ്മ ശാസിച്ചു. “പട്ടിണിയും സൗന്ദര്യവും ഒന്നിച്ചുവേണ്ട... പട്ടിണി മാറിയിട്ട് സുന്ദരിയായാൽ മതി” അമ്മ പിറുപിറുത്തു. അവളുടെ കൈയിൽനിന്നും കണ്ണാടി വാങ്ങി വലിച്ചെറിഞ്ഞു. അത് തറയിൽക്കിടന്ന് ചിന്നിച്ചിതറി. അവർ ഭ്രാന്തിയെപ്പോലെ ഒച്ചവെച്ചുകൊണ്ടിരുന്നു. മകളുടെ മുഖത്തെ പൊട്ട് മായ്ച്ചുകളഞ്ഞു. എന്താണ് സംഭവിക്കുന്നത് എന്നറിയാതെ സ്മേര നിശ്ശബ്ദയായി. താനെന്തോ തെറ്റ് ചെയ്യാതെ, പറയാതെ അമ്മ ഇങ്ങനെ പെരുമാറില്ലെന്നാണ് ആ നേരം സ്മേര മോൾ ആലോചിച്ചത്.

“ഞാൻ സുന്ദരിയല്ല അമ്മാ... ഞാൻ വിശന്നാലും ആരോടും ഒന്നും വാങ്ങികഴിക്കില്ല അമ്മ. ഞാൻ എല്ലാവരോടും ഒരു അകലം പാലിച്ചേ

പെരുമാറൂ അമ്മാ... എന്നോട് പിണങ്ങല്ലേ അമ്മാ." സ്മേര വിതുമ്പി. മോളേ എന്നുവിളിച്ച് നെഞ്ചുപിളർന്നവർ മകളെ തന്നോട് ചേർത്തുപിടിച്ചു.

അന്ന് രാത്രി നൂറുകൂട്ടം ചിന്തകളിലൂടെ അമ്മ സഞ്ചരിച്ചു. എല്ലാം ചെന്നെത്തിയത് ഭയത്തിന്റെ പടുകൂറ്റൻ ഗർത്തങ്ങളിലായിരുന്നു. ഒരു പെൺകുട്ടിയാണ് വളരുന്നത്. അടച്ചുറപ്പുള്ള വീടില്ല... അച്ഛൻ മരിച്ചതിൽപ്പിന്നെ പുറംപോക്കിലെ ഈ തകരക്കുടിൽ ഒരിക്കൽപ്പോലും നന്നാക്കിയിട്ടില്ല. കഴുക്കോലുകളിൽനിന്നും ചിതലുകൾ ഇടയ്ക്ക് താഴേക്ക് വീഴുമ്പോഴെല്ലാം അമ്മയോർക്കും; ദ്രവിച്ച് എല്ലുംതോലുമായ എന്നേത്തേടി എന്തിനാണ് ചിതലുകൾ താഴേക്കുവരുന്നത്. ചിലപ്പോൾ എന്റെ പ്രിയപ്പെട്ട മകളേത്തേടിയാകുമോ? ആകുലത പെരുകും.

രാത്രി അമ്മ ഉറങ്ങാറില്ല. മകൾക്ക് കാവലിരിക്കും. എപ്പോഴും ഇരുട്ടായതിനാൽ അമ്മയ്ക്ക് രാത്രി തന്നെ ഉറങ്ങണമെന്നില്ലല്ലോ. മകൾ സ്കൂളിൽപ്പോയാൽ പകൽ മെഴുകുതിരിയും തൂവാലയും ഉണ്ടാക്കുന്നതിനിടയിൽ അവർ ഉറങ്ങും കുറച്ചുനേരം. അത്രമാത്രം. ഞെട്ടിയുണർന്ന് അവൾ സ്കൂൾ വിട്ടുവരുന്നുണ്ടോയെന്ന് കാതോർക്കും. പ്രതീക്ഷിച്ചതിലും ഇത്തിരി വൈകിയെന്ന് തോന്നിയാൽ ഞെരിപിരികൊള്ളും.

സ്മേര അമ്മയെ കെട്ടിപ്പിടിച്ചു നല്ല ഉറക്കത്തിലേക്ക് വഴുതിവീണു. അവർ മകളുടെ മുഖത്ത് കൈവിരലുകളാൽ തഴുകി. മോള് തനിക്കത്രയായോ എന്ന ആധിയും ഇടയ്ക്കിടെ തലപൊക്കി. ഇല്ല... തന്റെ ചുമലോളം ആയിട്ടേയുള്ളൂവെന്ന് തൊട്ടുനോക്കി അവർ അപ്പോഴും സമാധാനിച്ചു.

കുഞ്ഞുകുഞ്ഞുമോഹങ്ങളുണ്ട്. മകളെ നന്നായി പഠിപ്പിക്കണം. അവൾക്ക് ജോലി കിട്ടണം. അതോടെ തന്റെ കഷ്ടപ്പാടുകൾ തീരും. പതിവുപോലെ അമ്മയുടെ മുഖം തെളിഞ്ഞു.

രാവിലെ തൂവാലകളും മെഴുകുതിരികളും നിറച്ച രണ്ട് കവറുകളുമായി അമ്മയും മകളും തമ്പാനൂർ ബസ് സ്റ്റാന്റ് ലക്ഷ്യമാക്കി നടന്നു.

കാലംതെറ്റിപെയ്ത മഴ കുതിച്ചെത്തിയ നേരത്താണ് അവർ ബസ്സ്റ്റാന്റിൽ എത്തിയത്. പൊടുന്നനെ എത്തിയ മഴയെ പഴിച്ച് ബസ്സ്റ്റാന്റിൽ ആളുകൾ അങ്ങുമിങ്ങും കൂട്ടംകൂടി നിന്നു. ആരും ഒന്നും മിണ്ടുന്നുണ്ടായിരുന്നില്ല. മിക്കവരുടെയും മുഖത്ത് മഴയോടുള്ള ദേഷ്യംകല്ലിച്ചുകിടന്നു. സ്മേര മോൾ കൈയിലെ കവറിൽനിന്നും തൂവാലകൾ എടുത്ത് ഓരോരുത്തർക്ക് മുന്നിലും വില്പനയ്ക്കായി നീട്ടി. അവളുടെ കുഞ്ഞു കൈവിരലുകളിൽ തന്റെ ചൂണ്ടുവിരൽ കോർത്ത് അമ്മ അവളുടെ പിന്നാലെ നടന്നു.. മഴയുടെ പെല്ലറ്റ് ആക്രമണത്തിൽ തല നനഞ്ഞുനിന്ന മിക്കവരും തൂവാല വാങ്ങി. ചിലർ പൈസ കൊടുത്ത് അവളെയും അമ്മയേയും മാറിമാറിനോക്കി... ചിലർ അവളുടെ കവിളിൽ തലോടി... പൊടുന്നനെ ആൾക്കൂട്ടത്തിൽനിന്ന് ഒരാൾ സ്മേരയുടെ കുഞ്ഞുകൈകളിൽ പിടുത്തമിട്ടു... അവൾ ഉറക്കെ കരഞ്ഞു.. "അമ്മേ... അമ്മേ..." എന്താണ് സംഭവിച്ചതെന്നറിയാതെ പതറിയ അമ്മ

എന്തെങ്കിലും പറയുംമുൻപേ അയാൾ പൊട്ടിത്തെറിച്ചു. "കുറേ ദിവസമായി നിന്നെ നോക്കി നില്ക്കുന്നു വാടി"- ഘനഗംഭീരമായ ശബ്ദം. മിന്നൽ വെളിച്ചത്തിന്റെ മുന്നറിയിപ്പ് ഇല്ലാതെ ഇടിപടർപ്പുകൾ വന്നപോലെ ആൾക്കൂട്ടത്തിൽനിന്നും മറ്റ് മൂന്നുപേരും കൂടി അവർക്ക് ചുറ്റംകൂടി. നാവ് എങ്ങോട്ടോ വഴിമാറിയ ആ നിമിഷത്തിലും അമ്മയും മകളും കൈവരിലുകൾ കോർത്തുപിടിച്ചുതന്നെ നിന്നു. "രണ്ടിനേയും പിടിച്ച് വണ്ടിയിൽ കയറ്റ്" കൈയിൽ പിടുത്തമിട്ട കൊമ്പൻമീശക്കാരൻ ഗർജ്ജിച്ചു. അമ്മയേയും മകളെയും പിടിച്ചുവലിച്ചുകൊണ്ടുപോകുന്നത് ഒളിഞ്ഞുംതെളിഞ്ഞും നോക്കിയതല്ലാതെ അവിടെനിന്ന ആരും ഒന്നും മിണ്ടിയില്ല. സ്മേര മോളുടെ കൈയിൽനിന്നും ശേഷിച്ച തൂവാലകൾ തറയിൽവീണു. അതിലെ പൂമ്പാറ്റകൾ മഴവെള്ളത്തിൽ വീണുകുതിർന്നു. അവർക്ക് പിന്നാലെ നിശ്ശബ്ദമായി നീങ്ങിയ ആൾക്കൂട്ടത്തിന്റെ ചെരിപ്പടിയിൽ പൂമ്പാറ്റകൾ നിറംമങ്ങി നനഞ്ഞൊട്ടി ചിറകറ്റുകിടന്നു. സ്മേര മോളുടെ കണ്ണ് നിറഞ്ഞൊഴുകി. വിവസ്ത്രരായതുപോലെ അമ്മയും മകളും നടന്നു. "ദയവുചെയ്തു നിങ്ങൾ ആരാ എന്നുപറ.. പ്ലീസ്..." അമ്മ അലമുറയിട്ടു... "എനിക്ക് കണ്ണുകാണില്ല. പ്ലീസ് എന്റെ കുഞ്ഞിനെ ഒന്നും ചെയ്യരുത്. ആരെങ്കിലുമൊന്ന് രക്ഷിക്കൂ... പ്ലീസ്..." അവർ ആർത്തലച്ചുകൊണ്ടിരുന്നു. അമ്മയുടെ വാക്കുകൾ മഴയിൽ ഒലിച്ചുപോയതല്ലാതെ ആരുടെ ചെവിയിലും തളംകെട്ടിയില്ല.

ഒരു മുട്ടനാടിനെ കിട്ടിയ ഇറച്ചിവെട്ടുകാരന്റെ ചാരിതാർത്ഥ്യത്തോടെ ബസ് പാർക്കിങ് ഏരിയയിൽ നിർത്തിയിട്ട ജീപ്പിലേക്ക് അവർ അമ്മയേയും മകളെയും കൊണ്ടുതള്ളി. അപ്പോൾ അത് പൊലീസ് ജീപ്പാണ് എന്ന് സ്മേര മോൾക്ക് മനസ്സിലായി. ഓടിക്കൊണ്ടിരുന്ന ജീപ്പിനകത്ത് അവൾ അമ്മയോട് ചേർന്നിരുന്നു. അമ്മയുടെ കണ്ണിൽനിന്നും ഒഴുകിയ ലാവ പ്രവാഹത്തിൽ അവൾ മുങ്ങി. ബസ് സ്റ്റാന്റിൽ പരാക്രമം നടത്തിയ മൂന്നുപേരും പരുക്കൻ ഭാവത്തിൽ ജീപ്പിലിരുന്നു. "അമ്മാ പേടിക്കേണ്ട ഇത് പൊലീസ് ജീപ്പാണ്." അവൾ പതുക്കെ അമ്മയുടെ ചെവിയിൽ പറഞ്ഞു.

വേഗത്തിലെത്തി സ്റ്റേഷന് മുന്നിൽ നിർത്തിയ ജീപ്പിൽനിന്നും പൊലീസുകാർ ചാടിയിറങ്ങി. അകത്തുനിന്നും വനിതാപൊലീസുകാർ വന്ന് 'ഇവിടെ വാടി' എന്നു ഒച്ചയിട്ട് അമ്മയേയും സ്മേര മോളേയും അകത്തേക്ക് കൂട്ടിക്കൊണ്ടുപോയി.

എന്തിനാണ് തങ്ങളെ കൊണ്ടുവന്നതെന്നറിയാതെ ഭീതിജനകമായ നിശ്ശബ്ദത തളംകെട്ടിയ സ്റ്റേഷന് അകത്ത് സ്മേര മോൾ അമ്മയോട് പറ്റിനിന്നു. അരുതാത്ത എന്തോ സംഭവിക്കാൻപോകുന്നുവെന്ന് അമ്മയ്ക്ക് തോന്നിത്തുടങ്ങി. അകത്ത് നിന്നും ഇറങ്ങിവന്ന വനിതാ എസ് ഐ അവരെ മാറിമാറി നോക്കി. "ഇവിടെ നില്ലെടി..." അവർ അമ്മയോട് ആജ്ഞാപിച്ചു. അമ്മ ഭീതിയോടെ ശബ്ദംകേട്ട ദിക്കിലേക്ക് അകന്നുമാറി. ഞാൻ ചോദിക്കുന്ന ചോദ്യത്തിന് മറുപടി പറയണം. കുറെ ദിവസമായി

നിന്നെക്കുറിച്ച് പരാതി ലഭിച്ചിട്ട്. ബാലവേല ശിക്ഷാർഹമാണെന്ന് അറിയില്ലേ... പത്തുവയസ്സുപോലും ആകാത്ത കുഞ്ഞിനെക്കൊണ്ട് പണിയെടുപ്പിക്കുന്നു. നിന്നെയൊക്കെയുണ്ടല്ലോ ഹും." അവർ പൊട്ടിത്തെറിച്ചു.

"വേണ്ട ആന്റീ... എന്റെ അമ്മയെ ചീത്ത പറയല്ലേ... അമ്മ പാവാ.. അമ്മയ്ക്ക് കണ്ണുകാണില്ല.." സ്മേര മോൾ കൈകൂപ്പി വിതുമ്പി. എസ് ഐ അവളെ തുറിച്ചുനോക്കി... "അമ്മ ഉണ്ടാക്കുന്ന തൂവാലയും മെഴുകുതിരിയും വിറ്റിട്ടാ അമ്മ എന്നെ വളർത്തുന്നേ... പഠിപ്പിക്കുന്നേ. എനിക്ക് സ്കൂളില്ലാത്ത ദിവസങ്ങളിൽ മാത്രാ... ഞങ്ങള് ടൗണിൽ അത് വില്ക്കാൻ വരുന്നേ..." ഭയംവിഴുങ്ങിയ നാവിൽ കുരുങ്ങിയ വാക്കുകൾ മുഴുമിപ്പിക്കാൻ കഴിയാതെ സ്മേര മോൾ തലതാഴ്ത്തി.

"അതിന് ഇത് നിന്റെ അമ്മയാണെന്ന് ആരാ പറഞ്ഞേ..." ബസ് സ്റ്റാന്റിൽനിന്നും അവളുടെ കൈയിൽപ്പിടുത്തമിട്ട പൊലീസുകാരന്റെ ഘനഗംഭീരമായ ശബ്ദം വീണ്ടും. അമ്മയും സ്മേര മോളും വിറച്ചു. "എല്ലുംതോലുമായ നിനക്ക് ഇത്രയും സുന്ദരിയായ മകളോ..." അയാൾ ആവർത്തിച്ചു. അവിടെയുണ്ടായിരുന്ന മറ്റ് പൊലീസുകാർ ഒരു ചാനൽ ചർച്ച കാണുന്നതുപോലെ അത് ആസ്വദിച്ചു. "എന്റെ മോള് സുന്ദരിയല്ല..." അമ്മ ഉറക്കെ പറഞ്ഞു. "എന്റെ മോള് സുന്ദരിയല്ല..."

"അതുതന്നാ ഞങ്ങൾക്കും സംശയം. അതാ ഞാൻ പറഞ്ഞേ ഇത് നിന്റെ മകളല്ലാന്ന്..." അയാൾ ആവർത്തിച്ചു.. പൊലീസുകാർ വീണ്ടും പൊട്ടിച്ചിരിച്ചു. "ചിലപ്പോൾ നീ കണ്ണുപൊട്ടിയാണെന്ന് ആര് കണ്ടു. കുട്ടികളെ തട്ടികൊണ്ടുപോയി ഭിക്ഷാടനംനടത്തി ജീവിക്കുന്നവരുടെ കൂട്ടത്തിൽപ്പെട്ടതാണോ നീ എന്ന് ആർക്കറിയാം. പ്രമീള മാഡം ഇവളെ കുറിച്ചൊന്ന് അന്വേഷിക്കണം."

പ്രമീള എസ് ഐ രണ്ടുപേരെയും മാറിമാറിനോക്കി... "സത്യം പറയെടീ നിനക്കെവിടുന്നാ ഈ കുഞ്ഞിനെ കിട്ടിയേ.."

"എന്റെ പൊന്നുമോളാണ് സാറെ ഇത്..." അവൾ സ്മേരമോളെ ചേർത്തുനിർത്തി പൊട്ടിക്കരഞ്ഞു. "മാറിനില്ക്കെടി ഇങ്ങോട്ട്" എസ് ഐ ആക്രോശിച്ചു. "നിന്റെ കണ്ണീരെല്ലാം തട്ടിപ്പാടി... നമ്മള് പെണ്ണുങ്ങളുടെ പ്രധാന ആയുധമാണല്ലോ കണ്ണീർ. അത് നീ എന്റെടുത്ത് എടുക്കേണ്ട." എസ് ഐയുടെ ആക്രോശത്തിൽ ഞെട്ടി സ്മേരമോൾ അമ്മയ്ക്കരികിൽനിന്നും അടർന്നുമാറി.

"കോൺസ്റ്റബിൾ കുട്ടിയെ ബാലഭവനിലേക്ക് മാറ്റണം. ഈ സ്ത്രീയെ വിശദമായി ചോദ്യംചെയ്യണം... ഞാനൊന്ന് അന്വേഷിക്കട്ടെ... പച്ചവെള്ളംകൊടുക്കേണ്ട..." പ്രമീള എസ് ഐ പറഞ്ഞു. "ഇവളെയും ഈ കുട്ടിയെയും വൈദ്യപരിശോധന നടത്തണം. കുട്ടിയെ ഇവൾ മറ്റെന്തെങ്കിലും ബിസിനസിന് ഉപയോഗിച്ച് തുടങ്ങിയോയെന്നുംഅറിയണമല്ലോ..." കാക്കിനിറത്തിലുള്ള പെൻഗ്വിനെപ്പോലെയുള്ള പൊലീസുകാരൻ പെൺകുട്ടിയെ അടിമുടിയൊന്ന് നോക്കി.

"ആന്റീ... എന്റെ അമ്മ ഇന്നലെ വൈകിട്ട് മുതൽ ഒന്നുംകഴിച്ചില്ല.

അമ്മയ്ക്ക് വിശക്കുന്നുണ്ട്. ഞങ്ങൾ രാവിലെയും ഒന്നുംകഴിച്ചില്ല... പ്ലീസ് അമ്മയ്ക്ക് വിശക്കുന്നുണ്ടാകും..." അതു പറഞ്ഞ് മുഴുമിപ്പിക്കുമ്പോഴേക്കും മറ്റൊരു വനിതാ കോൺസ്റ്റബിൾ സ്മേര മോളെ റാഞ്ചിക്കൊണ്ടുപോയി.

ബാലഭവനിലെ പാതി ഇരുണ്ട മൂലയിൽ അന്ന് സ്മേരമോൾ പെയ്തുകൊണ്ടിരുന്നു. അമ്മ മാത്രമായിരുന്നു അവളുടെ മനസ്സിൽ. മുന്നിൽ കൊണ്ടുവെച്ച ഭക്ഷണം കണ്ട് അവൾ തേങ്ങിപ്പോയി. "വേണമെങ്കിൽ കഴിച്ചോ"- പാചകക്കാരി പറഞ്ഞു. "എന്റെ അമ്മ ഒന്നും കഴിച്ചുകാണില്ല" അവൾ വാവിട്ടുകരഞ്ഞു. അന്നേരം പൊലീസ് സ്റ്റേഷനിൽ പല ചോദ്യങ്ങൾക്കും അമ്മയുടെ മറുപടി മുറിഞ്ഞു. മനസ്സിൽ സ്മേര മോൾ മാത്രമായിരുന്നു. ചൂഴ്ന്നെടുത്തിട്ട് ഒന്നുകിട്ടിയില്ല എന്ന നിരാശയുണ്ടാക്കിയ ദേഷ്യത്തോടെ എസ് ഐ പ്രമീള പുറത്തേക്ക് പോയി. കടുത്ത ചോദ്യം ചെയ്യലിന് ശേഷം കുടിക്കാൻ കൊടുത്ത പച്ചവെള്ളംതൊടാതെ അമ്മയിരുന്ന് തേങ്ങി. നാളെ ആശുപത്രിയിൽ വൈദ്യപരിശോധന നടത്തുന്നതിനെക്കുറിച്ചുള്ള ചിന്ത അമ്മയെ തകർത്തുകൊണ്ടിരുന്നു. അവർ ഞാൺ പൊട്ടിയ പട്ടംപോലെ നിലത്തേക്ക് അമർന്നു. കുറച്ചുകഴിഞ്ഞ് നൈറ്റ് ഡ്യൂട്ടിക്കുണ്ടായിരുന്ന വനിതാ കോൺസ്റ്റബിൾ ഉറക്കത്തിലേക്ക് വഴിമാറിയെന്ന് ഉറപ്പിച്ച് അവർ എഴുന്നേറ്റ് ചുമരിലൂടെ കൈ ഉരസി നീങ്ങി. പുറത്തുള്ള കാറ്റ് അകത്തേക്ക് അടിച്ചുകയറുന്നതായി തോന്നിയ സ്ഥലത്ത് ജാലകമാണെന്ന് ഉറപ്പിച്ചവർ കൈ നീക്കി അവളേക്കാൾ ഉയരമുള്ള തുരുമ്പിച്ച ജാലകക്കമ്പിയിൽ തൊട്ടു. സാരിയഴിച്ച് അതിൽ കോർത്ത് കുരുക്ക് ഉണ്ടാക്കി അതിലൂടെ കഴുത്തിടുംമുൻപ് ഇതുവരെ കാണാത്ത പൊന്നുമോളുടെ മുഖം ഓർത്തെടുക്കാൻ ശ്രമിച്ചു. അവളുടെ ശബ്ദം കാതിൽ അലയടിച്ചു. പത്തുവർഷം മുൻപ് ഒരു രാത്രി അച്ഛൻ തന്റെ കൈയിൽ കൊണ്ടുതന്ന ആ കളിപ്പാട്ടത്തിന്റെ, ജീവനുള്ള ആ കുഞ്ഞുപാവക്കുട്ടിയുടെ, തന്റെ ജീവനായ സ്മേര മോളുടെ കളിയും ചിരിയും അമ്മയുടെ കാതിൽ അലയടിച്ചു. കഴുത്തിൽ കുരുക്ക് മുറുകിയനേരം ജാലകത്തിന് അപ്പുറത്ത് നിന്നും വർണ്ണച്ചിറകുള്ള ഒരു പൂമ്പാറ്റ തൊടിയിലേക്ക് പറന്നുപോയി... അത് ചിറകിട്ടടിച്ച് ആ കട്ടപിടിച്ച ഇരുട്ടിലെവിടെയോ അപ്രത്യക്ഷമായി.

കാറ്റാടിമൂപ്പൻ

ചേർമലയിൽ മുപ്പത്താറാമത്തെ കുട്ടി മരിച്ചദിവസമാണ് വിമുക്ത ഭടൻ ഹരീഷ് കുമാർ അവിടെയെത്തുന്നത്. മലഞ്ചെരുവിന്റെ കണ്ണീരുപ്പു കലർന്ന ദൈന്യതയ്ക്കും നിശ്ശബ്ദതയ്ക്കും സാക്ഷിയായി മഴ അവിടെ പൊതിഞ്ഞുനിന്നിരുന്നു. തലമുണ്ഡനം ചെയ്ത ചരൽക്കുന്നുകൾക്ക് ഇട യിലൂടെയുള്ള ഒറ്റയടിപ്പാതയിലൂടെ കാലൻ കുടയുമേന്തി ഹരീഷ് കുമാർ നടന്നുതുടങ്ങി. പാതയ്ക്കിരുവശത്തായി കാറ്റാടിമൂപ്പന്മാർ മുരണ്ടു. നീളൻ കാലുകൾക്ക് മുകളിൽ രാക്ഷസൻ കൈകളിൽ മഴയുടെ വേരുകൾ തുണ്ടംതുണ്ടമായി ചിതറി. കാറ്റാടിയന്ത്രത്തിന്റെ മുരൾച്ചയിൽ ഭയവും അമ്പരപ്പും ഇഴഞ്ഞ അയാളുടെ മുഖത്ത് പിന്നെ നിഗൂഢമായ ഒരു ചിരി യുടെ കൂർത്തമുനകൾ നീണ്ടുവന്നു.

താമസസൗകര്യമൊരുക്കിയ ഒറ്റമുറി കെട്ടിടത്തിലെ ഇരുട്ടിലേക്ക് അയാൾ കയറി. വിരൽത്തുമ്പിൽ വെളിച്ചം പരന്നപ്പോൾ അലങ്കോല മായിക്കിടന്ന മുറയിൽനിന്ന് വവ്വാലുകൾ പുറത്തേക്ക് ചിറകടിച്ചു. നേരത്തെ താമസിച്ചവർ ഇനി ഒരിക്കലും ഓർക്കാൻ ഇടയില്ലാത്ത ഓട്ട വീണ ജട്ടിയും ബനിയനും പിഞ്ഞിയ ലുങ്കിയും കട്ടിലിലും മേശപ്പുറ ത്തുമായി നിവർന്നുകിടന്നു. വസ്ത്രമടങ്ങിയ ബാഗ് മരക്കസേരയിൽ അമർന്നപ്പോളത് മൂന്ന് കാലിൽ നൃത്തംചെയ്തു.

ബാഗിൽ പൊട്ടിയുടഞ്ഞ അച്ചാർ കുപ്പി ഷർട്ടിനെ ചുംബിച്ചത് ചൂണ്ടു വിരൽ കൊണ്ട് തുപ്പൽക്കൂട്ടി മായ്ക്കുമ്പോൾ ഭാര്യയുടെ കൈപ്പുണ്യ മോർത്ത് അയാളുടെ മുഖത്ത് പുഞ്ചിരി നിറഞ്ഞു. ഇനി ആറ് മാസം കഴിഞ്ഞേ കാണാൻപറ്റുവെന്ന വേദന മുഴച്ചു.

ഭാര്യയും അമ്മയും പത്താംക്ലാസുകാരിയായ മകൾ ജാൻവിയും നാട്ടിൽ തനിച്ചാണ്. പട്ടാളത്തിൽനിന്നും വിടുതൽ നേടിയശേഷം അവരെ

പിരിഞ്ഞിരുന്നിട്ടില്ല. 11 വർഷം കഴിഞ്ഞു. നല്ല ശമ്പളം കിട്ടുമെന്നതിനാലാണ് ഈ ജോലി സ്വീകരിച്ചത്. വീടുവെക്കാനെടുത്ത കടം അടച്ചുതീരുന്നതുവരെ ഇവിടെ നിന്നേപറ്റൂ. മൂന്ന് വർഷംമുൻപ് ഇതേ കമ്പനിയിൽ ഇതേ ജോലിക്ക് മുഖാമുഖത്തിന് പോയിരുന്നു. വലിയ ശമ്പളമായതിനാൽ അന്ന് ആകെയുള്ള ഒരു പോസ്റ്റിനെ പൊതിഞ്ഞ് അഞ്ഞൂറിലധികം പേരാണ് ഉണ്ടായിരുന്നത്. ഇത്തവണ അതുണ്ടായില്ല. കോലൻമുടിയും ഉണ്ടക്കണ്ണുകളും കട്ടിമീശയും ഇത്തവണ ഹരീഷ് കുമാറിന്റെ അധിക യോഗ്യതകളായി. മുഖത്ത് ഗൗരവത്തിന്റെ കെട്ട് വിടരുതെന്നും ആരുമായും കൂട്ടുവേണ്ടെന്നും ചട്ടംകെട്ടിയാണ് നിയമന ഉത്തരവ് കൈയിൽ കൊടുത്തത്. സി സി ടി വി ക്യാമറകൾ തനിക്ക് മുകളിൽ വലനെയ്തിട്ടുണ്ടെന്ന ഭീതി അയാളെ ഒന്നുകൂടി ചുമതലാബോധമുള്ളവനാക്കി.

വിശ്രമത്തിന് നേരംകൊടുക്കാതെ നേവിബ്ലൂ നിറത്തിലുള്ള പാന്റും കമ്പനിയുടെ ഗമണ്ടൻ പേര് അച്ചുകുത്തിയ ഷർട്ടും തൊപ്പിയും ധരിച്ചപ്പോൾ മനസ്സിൽ ഓർമ്മകളുടെ ഷെല്ലുപൊട്ടി. കാർഗിൽ യുദ്ധഭൂമിയിൽ പാകിസ്ഥാൻ നുഴഞ്ഞുകയറ്റക്കാരുടെ അവസാന ടെന്റിന് മുകളിൽ പാറിച്ച ത്രിവർണ്ണ പതാക നരകയറിയ കണ്ണാടിച്ചീളിൽ തെളിഞ്ഞു. നിവർന്ന് സല്യൂട്ട് അടിക്കുമ്പോൾ ഹരീഷ് കുമാറിന്റെ രോമക്കുത്തുകൾ സൂചിമുനകളായി എഴുന്നു. സ്മാർട്ട്ഫോണിന്റെ സ്ക്രീനിൽ പുതിയ വേഷത്തിലുള്ള സെൽഫി തെളിഞ്ഞു. കമ്പനിയുടെ പേര് കൊത്തിയ മാറിടത്തിന് താഴെവെച്ച് ക്രോപ്പ്ചെയ്ത ഹരീഷ് കുമാറിന്റെ ചേർമലയിലെ ആദ്യസ്നാപ്പ് ഫേസ്ബുക്കിലേക്ക് പാഞ്ഞുകയറി. മകളുടെ എസ് എം എസിന് താനിവിടെ എത്തിയെന്ന് റിപ്ലേ അയച്ച കൈകൾ മുറിയുടെ മുക്കള്ളി ജാലകത്തിലേക്ക് നീണ്ടു. ഹൊറർ സിനിമയിലെന്നപോലെ ജനൽചില്ലുകൾ അലർച്ചയോടെ പുറത്തേക്ക്. ഇപ്പോൾ മഴ അല്പം ശമിച്ചിട്ടുണ്ട്. കാഴ്ചയുടെ പരിധിയെ വെല്ലുവിളിച്ച് നിവർന്നുകിടന്ന മലഞ്ചെരുവിൽ കൂട്ടംതെറ്റിയ കുഞ്ഞാടുകളായി കുറ്റിക്കാടുകൾ തലയാട്ടിനിന്നു. ഇനി തന്റെ കണ്ണും കാതും ഇവിടെ മാത്രമുള്ളതാണെന്ന് ഓടിയെത്തിയ കാറ്റ് ഓർമ്മിപ്പിച്ചു. കാറ്റിന് മരണത്തിന്റെ തണുപ്പായിരുന്നു. മുപ്പത്തിയാറാമത്തെ നവജാതശിശുവിന്റെ ഉയിരിനെ ഗർഭപാത്രത്തിലേക്ക് തിരിച്ചുവിളിച്ച്, മഴയെ മായ്ച്ച് പതുക്കെ കത്തിപ്പടർന്ന വെയിലിൽ മണ്ണ് കിതച്ചുതുടങ്ങുന്നത് അയാളറിഞ്ഞു.

കാട് നിഴൽ വിരിച്ച മലഞ്ചെരുവ്. കാടിനുള്ളിൽ റാഗിയും ചോളവും അമരയും തുവരയും കൃഷിചെയ്തു ജീവിക്കുന്നവർ. മരക്കൊമ്പുകളിൽ താമസിക്കുന്നവർ, ഊഞ്ഞാലാടുന്നവർ, മാർക്കച്ചക്കെട്ടിയ സ്ത്രീകൾ- ഇതൊന്നുമായിരുന്നില്ല അയാളുടെ കാഴ്ചയിൽ. എങ്ങും പ്ലോട്ടുകളായി തിരിച്ച് വില്പന ബോർഡുകൾ എഴുന്നുനില്ക്കുന്ന മലഞ്ചെരുവ്. ചോദ്യങ്ങളുടെ കുരുക്കിൽ തലവെച്ച് ഹരീഷ് കുമാർ പുറത്തേക്കിറങ്ങി. പരിഭവമില്ലാത്ത പട്ടിയായി കാറ്റാടിമൂപ്പന്മാർ മൂന്ന്കൈകളും അനുസ്യൂതമായി

ചുഴറ്റിക്കൊണ്ടിരുന്നു. അതിന്റെ ചക്രവേഗത്തിലകപ്പെട്ട് അയാളുമൊരു യന്ത്രമായി. സെക്യൂരിറ്റിക്കാരൻ. മലഞ്ചെരുവിൽ അധിനിവേശത്തിന്റെ കൊടിപ്പടമായ കാറ്റാടിയന്ത്രങ്ങളുടെ കാവല്ക്കാരൻ! അവയുടെ സുഖ ദുഃഖങ്ങൾ അപ്പപ്പോൾ കമ്പനിയുടെ ഹെഡ്ഓഫീസിൽ അറിയിച്ച് സാങ്കേതിക വിദഗ്ദ്ധരെ കൊണ്ടുവരേണ്ടവൻ. തൃക്കൈകൾ ആവാഹി ച്ചെടുക്കുന്ന ദിവ്യജ്യോതിസ്സിനെ കേബിളിലൂടെ കൃത്യമായി ജനറേറ്ററി ലേക്കും അതുവഴി ബാറ്ററിയിലും തളയ്ക്കേണ്ടവൻ. ജോലിയുടെ രൂപം ചൂളംവിളിച്ചുകടന്നുപോയി. 32 കാറ്റാടിഭീമന്മാരുടെ അടുത്തും എത്തേ ണ്ട വഴിയും അംശവും ദേശവും ഭിത്തിയിലൊട്ടിച്ച ചാർട്ടിൽ തെളിഞ്ഞു. ഒരു കൂറ്റൻ ഈച്ച പറന്നെത്തി അയാളുടെ മൂക്കിൻതുമ്പത്തിരുന്നു. യാന്ത്രികത വിടാതെ അതിനെ അടിച്ചുനിലത്തിട്ടു. തീട്ടംതിന്നു വീർത്ത മുഴുത്ത ഈച്ചകൾ നിലത്ത്കിടന്നു പിടഞ്ഞു.

രാത്രിയുടെ വരവറിയിച്ച് നിഴൽ തെളിയാൻ തുടങ്ങിയ മലഞ്ചെരു വിലേക്ക് പക്ഷികളുടെ കലപില ശബ്ദം പറന്നകന്നു. ദൂരെ കമ്പിവേലി ക്കപ്പുറമുള്ള മലഞ്ചെരുവിലെ കുടിലുകളിൽ തെളിഞ്ഞുനിന്ന മണ്ണെണ്ണ വിളക്കുകളുടെ മിനുക്കം ഒറ്റപ്പെടലിന് സാന്ത്വനമായി. നിശ്ശബ്ദഭീകരതയെ കനപ്പിച്ച് ഇരുൾമൂടി. പകൽമുഴുവൻ പരസ്പരം മിണ്ടാതെനിന്ന ചരൽ നിറഞ്ഞ കുന്നുകളും കാറ്റാടിമൂപ്പന്മാരും കറുപ്പിലൊളിച്ചു. മലഞ്ചെരു വിലെ വെളിച്ചത്തിൽ ജീവന്റെ മിനുക്കമുണ്ടെന്ന ആശ്വാസത്തിൽ അയാൾ ശ്വാസം നീട്ടിവലിച്ചു. പുറത്തേക്കുവന്ന കാറ്റ് വെളിച്ചംതേടി ഓടിപ്പോയി.

മൂപ്പൻ കനിയനാശാൻ മലഞ്ചെരുവിലെ കുടിലിന്റെ തിണ്ണയിൽ മുനി ഞ്ഞുകത്തുന്ന വിളക്കിൽനിന്ന് പന്തംകൊളുത്തി നടുമുറ്റത്തുകുത്തി. നര കയറിയ തലമുടിയിൽ കാറ്റുവന്നു ചൂളംകുത്തി. ദുഃഖം ഘനീഭവിച്ച കനി യനാശാന്റെ കണ്ണുകൾ മുകളിലേക്ക് പാഞ്ഞു. നിറഞ്ഞുകത്തുന്ന പന്ത ത്തിന്റെ കണ്ണുകളിൽ ഭാര്യ പൂമാലി കാലുനീട്ടിവെച്ചിരുന്നു. തോടയൊ ഴിഞ്ഞ കാതിന്റെ വലിയ ഞാണുകളിൽ അടുത്ത കുടികളിൽനിന്നുള്ള വെളിച്ചം പുകയൂതി. ചാണകംമെഴുകിയ വരാന്തയുടെ കോണിൽ വിരിച്ച ഫ്ളക്സ് ഷീറ്റിൽ അവിവാഹിതയായ മകൾ സുധയുടെ രണ്ടുവയസ്സു കാരൻ ചമ്മു കിടന്നുമയങ്ങി. സുധയുടെ ഉറവവറ്റിയ മുലയിൽ ആഞ്ഞു വലിച്ച ചമ്മുവിന്റെ വാരിയെല്ലുകൾ പുറത്തേക്ക് തള്ളിക്കിതച്ചു. സുധ ചമ്മുവിനെ മാറോടുചേർത്തുപിടിച്ചു. തേരട്ടയെപോലെ അവളുടെ ചുണ്ടു കൾ ചമ്മുവിന്റെ എല്ലുന്തിയ കവിളുകളിൽ സ്നേഹം ചുരന്നുകൊണ്ടി രുന്നു. സുധയുടെ മൂത്തമകൾ സ്വർണ്ണമുടിയുള്ള പെൺകുട്ടി തിണ്ണയിൽ കുന്തിച്ചിരുന്ന് മുറ്റത്തേക്ക് നോക്കി.

വയറുനിറയ്ക്കാൻ മലയിറങ്ങിയ പുരുഷന്മാർ പണികഴിഞ്ഞ് കുടി ലുകളിൽ തിരിച്ചെത്തി. അടുത്തകുടികളിൽനിന്നും ദൈന്യതയുറ്റുന്ന കണ്ണുകളും മാംസം ഉടൽവിട്ടുപോകാൻ തുടങ്ങിയ സ്ത്രീകളും കുട്ടി കളും കനിയനാശാൻ കുത്തിയ പന്തത്തിന്റെ അതിർത്തിക്കുള്ളിൽ മുട്ടു

കുത്തിയിരുന്നു. വിളർച്ച വിചിത്രജീവിയെപോലെ പടർന്നുകയറിയ ബോൺസായ് മരങ്ങളായി അവർനിന്നു. എല്ലാവരും നിശ്ശബ്ദരായിരുന്നു. എന്തെല്ലാമോ പറയണമെന്നുണ്ട്. അകത്ത് തണുത്തുറഞ്ഞ വാക്കുകൾ തൊണ്ടമുള്ളുകളിൽ കുരുങ്ങിക്കിടന്നു.

''തെക്കേത്തെരുവിലും തേരോടും വീഥിക്കും
മത്താളക്കാരനെ വെച്ചിരുന്തേ,
വെച്ചിരുന്തേ ചാമി വെച്ചിരുന്തേ
എത്തീനെ നേരം വെച്ചിരുന്തേ''- കാടിന്റെ ആത്മരോദനമായി കനിയനാശാന്റെ അടക്കിപ്പിടിച്ച ശബ്ദം വരണ്ട തൊണ്ടവിട്ടു പുറത്തെത്തി. വായ്പ്പാട്ടിനൊപ്പം മത്താളവും കിന്നീരവും ജാലറിയും തേങ്ങി. പാട്ടിനൊപ്പിച്ച് സ്ത്രീകൾ ഒട്ടിയവയറുമായി കൂത്ത് തുടങ്ങി. പുരുഷന്മാർ നെഞ്ചിലുറഞ്ഞ വേദനകൾ കനിയനാശാനൊപ്പിച്ചുപാടി. പുല്ലെണ്ണപോലെ കണ്ണുകളിൽ ജലകണങ്ങൾ ഊറിത്തുളുമ്പി. കാടുവെട്ടുമ്പോഴും നിലമൊരുക്കുമ്പോഴും വിളവെടുപ്പിനും തിരണ്ടുകല്യാണത്തിനും ആടാറുള്ള കൂത്തിൽ കുഞ്ഞുങ്ങളുടെ മരണഗന്ധം താളമിട്ടു. ആറ്റുനോറ്റുണ്ടായതിനെ മണ്ണിന്റെ മടിയിലേക്കുവിട്ട് അന്നുമരിച്ച കുഞ്ഞിന്റെ അച്ഛൻ മരവിപ്പിൽ നനഞ്ഞുനിന്നു.

'മലദൈവങ്ങളെ കാത്തോളണേ'- മുരുകനെ അരികിലേക്ക് നിർത്തി കനിയനാശാൻ പറഞ്ഞു. കാറ്റാടിമൂപ്പൻ നീളൻ കൈകൾ അവരുടെ തലയ്ക്കുമുകളിൽ ചുഴറ്റിക്കൊണ്ടിരുന്നു. ആളുകൾ കുടികളിലേക്ക് മടങ്ങി. തനിക്ക് മുകളിൽ നിഴൽ വിരിച്ച് മലഞ്ചെരുവിന്റെ മൂപ്പനായി വാഴുന്ന കാറ്റാടിമരങ്ങളിൽ കനിയനാശാന്റെ കണ്ണുടക്കിത്തെറിച്ചു. പന്തത്തിന് മുകളിലൂടെ വവ്വാൽക്കൂട്ടം ചിറകടിച്ചുപറന്നു.

വെളിച്ചത്തിന്റെ കൂർത്തനഖങ്ങൾ മുഖത്ത് പതിച്ചപ്പോൾ ഹരീഷ് കുമാർ ഞെട്ടിയുണർന്നു. മലഞ്ചെരുവിൽ തിളങ്ങുന്ന വെട്ടത്തിൽ സ്വർണ്ണമുടിയുള്ള പെൺകുട്ടിയുടെ എളിയിലിരുന്ന് ചമ്മു വാവിട്ടുകരഞ്ഞു. തവിട്ടുനിറമുള്ള കൺപോളകളിൽ ദൈന്യതയുടെ തിരയിളക്കം. ഇരുമ്പും അന്നജവും ചോർന്നുപോയ അസ്ഥിപഞ്ജരങ്ങളായി കുട്ടികൾ അങ്ങിങ്ങായി കൂനിക്കൂടി. ചുവന്ന ചരൽപ്പാത പിന്നിട്ട് ഹരീഷ് കുമാർ നിരത്തിലെത്തി.

നാഗരാകാനന്ദത്തിന്റെ അഭിനിവേശങ്ങളോടെ ഇരകളെ കാത്തുനില്ക്കുന്ന റിസോർട്ടുകൾക്ക് നടുവിൽ ശിരസ്സുതാഴ്ത്തി നഞ്ചന്റെ ചായക്കട. ചായയ്ക്കുപറഞ്ഞു തലയിലെ തൊപ്പി എടുത്തുമാറ്റിയ ഹരീഷ് കുമാറിനെ നഞ്ചൻ ചൂഴ്ന്നുനോക്കി. "സാറ് പുതിയതാണല്ലേ?'' ചായ ഗ്ലാസ് ശബ്ദം മേശപ്പുറത്തിരുന്ന് തുളുമ്പി. അതെയെന്ന് ധ്വനിപ്പിച്ച് ഹരീഷ് കുമാർ ഗൗരവം വിടാതെ ചായ ഊതിക്കുടിച്ചു. ''സാറിതു ഏഴാമത്തെ ആളാ, നിങ്ങളെപ്പോലുള്ളവർക്ക് മടുക്കുമ്പോൾ മടങ്ങാം. ഞങ്ങളെവിടേക്ക് പോകാനാണ്''- പണംവാങ്ങി മേശയിലേക്കിടുമ്പോൾ നഞ്ചൻ പരിതപിച്ചു.

“മകളുടെ കല്യാണത്തിന് വട്ടിപ്പലിശക്കാരനോട് കടംവാങ്ങിയ വകയിലാണ് സാറെ എനിക്ക് മലഞ്ചെരുവിലെ കൃഷിസ്ഥലം പോയത്. അതിന് ശേഷമാണ് ഈ കടയിട്ടത്''- കേരളീയശൈലിയിൽ ഓടുപാകിയ റിസോർട്ടുകളുടെ മേല്ക്കൂരകൾക്കുമേൽ സ്വയം നഷ്ടപ്പെട്ട് നഞ്ചൻ പറഞ്ഞു.

താനിവിടെ ഏഴാമത്തെ സെക്യൂരിറ്റിക്കാരനാണെന്ന തിരിച്ചറിവിൽ ഹരീഷ് കുമാർ മലകയറി. ഉയർന്ന ശമ്പളമുണ്ടായിട്ടും ആളുകൾ ഈ ജോലി ഉപേക്ഷിച്ചു മലയിറങ്ങുന്നതിന്റെ രഹസ്യമറിയാതെ അയാൾ പൊള്ളി. വെള്ളക്കുടമേന്തിയ സ്ത്രീകൾക്ക് നടുവിലൂടെ വേട്ടക്കാരനെപ്പോലെ അയാൾ നടന്നു. മുന്നിൽ നടന്ന സ്വർണ്ണമുടിയുള്ള പെൺകുട്ടി കൗതുകത്തോടെ ഹരീഷ് കുമാറിനെ നോക്കി. കൗമാരം തളിരിടുന്ന അവളുടെ കവിളണയിൽ ചുമന്നനാണം പരക്കുന്നതയാൾ കണ്ടു.

മുഖാമുഖം നോക്കാതെ സൂര്യചന്ദ്രന്മാരും നക്ഷത്രങ്ങളും മലഞ്ചെരുവിൽ വന്നുപൊയ്ക്കൊണ്ടിരുന്നു. മൂന്നുമാസമായി പിക്ആക്സിന്റെ കൂർത്തചുണ്ടുകൾ മണ്ണിൽത്തൊടുന്നതിന്റെ ശബ്ദംകേട്ടാണ് അയാൾ ഉണർന്നിരുന്നത്. പ്രഭാതങ്ങളിൽ അടിച്ചുകയറുന്ന കാറ്റിൽ ശവഗന്ധം മണത്തു. എന്നേക്കുമായി കരച്ചിലടക്കിയ കുഞ്ഞുങ്ങളുടെ ദേഹത്ത് മൺപുതപ്പ് വലിച്ചിടുന്നതും കുഞ്ഞുകുഴിമാടങ്ങളിൽ പഴുതാരകൾ ഇഴഞ്ഞുനടക്കുന്നതും അയാൾ കണ്ടു. പകൽ സമയങ്ങളിൽ കാറ്റാടിമൂപ്പന്മാരുടെ വിശപ്പും ദാഹവും അടക്കി രാത്രിയിൽ അയാൾ മുറിയിലേക്ക് മടങ്ങിപ്പോകും. മകൾ ജാൻവിയെ ഫോണിൽ വിളിക്കും. നല്ല ഉറക്കത്തിലും അവൾ അച്ഛനോട് ഏറെ സംസാരിക്കും. ജീവന്റെ ചുവപ്പും മരണത്തിന്റെ പച്ചപ്പും കലർന്ന് മലഞ്ചെരുവിൽ നിലാവ് മഞ്ഞളിക്കുന്നതയാൾ നിർവ്വികാരനായി കണ്ടുനിന്നു.

അയാളുടെ വരവിനുശേഷം അന്നാദ്യമായി നാരിക്കില്ലാപ്പുഴയുടെ ഹൃദയത്തിൽ കാലുകൾ ഇറക്കിവെച്ച കാറ്റാടിമൂപ്പൻ പണിമുടക്കി. കമ്പനിയുടെ ഓഫീസിലേക്ക് വിളിച്ച് ടെക്നീഷ്യനെ വരുത്തി. പഴയവീടുകളുടെ മേല്ക്കൂരപോലെ മുടി ഉയർത്തിനിർത്തിയ, മൊബൈൽ സ്ക്രീനിൽ ചൂണ്ടുവിരൽ ഉരച്ചുതീർക്കുന്ന ടെക്നീഷ്യൻ പയ്യന് വഴികാണിച്ച് അയാൾ മുന്നിൽനടന്നു. വഴിയരികിലെ ഏകാദ്ധ്യാപക വിദ്യാലയത്തിൽ വേണുമാഷ് ഇരുന്നു ചുമച്ചു. ഇടിഞ്ഞുപൊളിയാറായ ഒറ്റ ക്ലാസ്മുറിയിലിരുന്ന സ്വർണ്ണമുടിയുള്ള പെൺകുട്ടി എഴുന്നേറ്റുനിന്നു. മുഖത്തേക്ക് വീണ മുടിയിഴ ഒതുക്കി അവൾ ഹരീഷ് കുമാറിനെ തന്നെ നോക്കി. പിറകിലുള്ള ടെക്നീഷ്യൻ തന്നെ ശ്രദ്ധിക്കുന്നില്ലെന്നുകണ്ട് പരിഭ്രമിച്ച് ചുണ്ടുകളിലെ പൂട്ട് തുറക്കാതെ ഹരീഷ് കുമാർ ഒന്നുചിരിച്ചു. പെൺകുട്ടിയുടെ മുഖത്ത് ചുവപ്പുപടർന്നു. അനുവാദം കിട്ടിയപോലെ ബാക്കിവെച്ചിരുന്ന പുഞ്ചിരി വിടർന്നു. ഹരീഷ് കുമാർ ദീർഘമായി നിശ്വസിച്ച് പുഴക്കര തേടി.

തിമിരം ബാധിച്ച പുഴയുടെ കണ്ണുകൾ വഴിയടഞ്ഞുകിടന്നു. കണ്ണീർ

തടമായി നാരിക്കില്ലാപ്പുഴ പീഡനത്തിന്റെ ആഴങ്ങൾ തുറന്നുവെച്ചു. നില വിളിയറ്റ കുഞ്ഞുങ്ങളുടെ ജഡം ജലപ്പരപ്പിൽ ഒഴുകിനടക്കുന്നതുപോലെ. ഹരീഷ് കുമാർ വിറയ്ക്കുന്ന കാലുകൾ തീരത്ത് ഉറപ്പിക്കാൻ പാടുപ്പെട്ടു. കാറ്റാടിമൂപ്പന്റെ കൈകൾ വീണ്ടും വാനിലേക്ക് കുതിച്ചുമറിഞ്ഞു. ടെക്നീഷ്യൻ മടങ്ങി. ആ യുവാവ് തന്നോട് ഒരക്ഷരം മിണ്ടിയില്ലെന്നതോർത്ത് ഹരീഷ് കുമാറും തിരിച്ചുനടന്നു.

ഉള്ളുപൊള്ളിച്ച പനിയുടെ പുതപ്പിനുള്ളിൽ തിരിഞ്ഞും മറിഞ്ഞും കിടന്നു. കതകിൽ പൊടുന്നനെയുള്ള മുട്ടുകേട്ടു നടുങ്ങി. തോന്നലാവാമെന്ന ധാരണയിൽ വീണ്ടും മയക്കത്തിൽ മുങ്ങി. കതക് വീണ്ടും കാതിനരികെ വന്നു മുട്ടുന്നതുപോലെ. ഞെട്ടിയെഴുന്നേറ്റയാൾ വാതിൽ തുറന്നു.

ഇരുളും നിലാവും കള്ളനും പൊലീസും കളിക്കുന്ന മുറ്റത്ത് കറുത്തിരുണ്ട നിഴലനക്കം. ഒറ്റനോട്ടത്തിൽ പ്രിയമകൾ ജാൻവി മുന്നിൽ നില്ക്കുന്നു. നിശ്ശബ്ദതയുടെ വേലിക്കെട്ടിൽ കുടുങ്ങിയ നേരം നിഴൽ സ്വർണ്ണമുടിയുള്ള പെൺകുട്ടിയായി മുന്നിലുദിച്ചു. വിറയ്ക്കുന്ന കാലടികൾ വരുതിയിൽ നിർത്താൻ ശ്രമിച്ചവൾ ചുണ്ടനക്കി. ''സാർ എന്റെ കുഞ്ഞാങ്ങള ചമ്മുവിന് തീരെ വയ്യ. ആശുപത്രിയിൽ കൊണ്ടുപോയില്ലെങ്കിൽ...'' വാക്കുകൾ മുറിഞ്ഞവൾ വിതുമ്പി. "എനിക്ക് കുറച്ചു കാശ് വേണം സാർ" നിസ്സഹായതയോട് പോരടിച്ചുകൊണ്ടവൾ പറഞ്ഞു. ഗൗരവത്തിന്റെ ആവരണം പനിയെ ഭേദിച്ച് ഹരീഷ് കുമാറിനെ പുതയ്ക്കാൻ തുടങ്ങി. പെൺകുട്ടി പ്രതീക്ഷയോടെ അയാളെത്തന്നെ ചൂഴ്ന്നുനോക്കി.

"സാർ വൈകരുത് സാർ, എന്റെ ചമ്മുവിനെ രക്ഷിക്കണം സാർ'' അവൾ മുട്ടിൽനിന്നു കെഞ്ചി. ഹരീഷ് കുമാറിന്റെ കണ്ണുകൾ പെൺകുട്ടിയുടെ നേർക്ക് തുറിച്ചുനീണ്ടു. "കടന്നുപോയ്ക്കോളണം. ആരോട് ചോദിച്ചിട്ടാ ഇവിടേക്ക് വന്നത്"- അയാളുടെ നാക്ക് ഊരിത്തെറിച്ചു. പെൺകുട്ടിയുടെ മുന്നിൽ കതക് വലിയ ശബ്ദത്തിൽ അടഞ്ഞു.

നിസ്സഹായതയുടെ പുറമ്പോക്കിൽ അവൾ ഉറക്കെ കരയാൻ ശ്രമിച്ചു. പുറത്തെ ഇരുട്ട് അവളുടെ തൊണ്ടക്കുഴിയിൽ ശബ്ദത്തെ തടഞ്ഞുവെച്ചു. തന്റെ തലയിൽ കൊമ്പുകൾ എഴുന്നുനില്ക്കുന്നതായി അയാൾക്ക് തോന്നി. പൊടുന്നനെ കതക് തള്ളിത്തുറന്ന് പെൺകുട്ടി മുറിക്കകത്ത് കയറി. ഹരീഷ് കുമാർ ഭീതിയോടെ അല്പം പിന്നോട്ടാഞ്ഞു. എന്താണ് സംഭവിക്കുന്നതെന്നറിയാതെ അയാളുടെ ശ്വാസമാപിനി ഉയർന്നുപൊങ്ങി. പെൺകുട്ടി അവളുടെ ജമ്പറിന്റെ ഹുക്കുകൾ ഓരോന്നായി അഴിക്കാൻ തുടങ്ങി. അവളുടെ കൂർത്ത മുലക്കണ്ണുകൾ സ്പ്രിങ്ങുപോലെ നിന്നുവിറച്ചു.

''എന്നെ നിങ്ങൾ എടുത്തോളൂ സാർ. രൂപ തരണം. ചമ്മുവിനെ ഞങ്ങൾക്ക് വേണം സാർ''- ഭീരുത്വത്തെ പാറക്കെട്ടുകളിൽ ഒളിപ്പിച്ച് അവൾ പറഞ്ഞു. ഹരീഷ് കുമാറിന്റെ കണ്ണുകളിൽ തീഗോളമുയർന്നു. പെൺകുട്ടി സ്വർണ്ണമുടിയിഴകളിൽ മുഖമൊളിപ്പിച്ച് ഭിത്തിയുടെ മൂലയി

ലേക്ക് ചേർന്നുനിന്നു. മലവാഴിയുടെ കണ്ണുകളിൽ ഇരുട്ടുമൂടി. മുറിയിൽ നിന്നും മിന്നാമിനുങ്ങുകൾ കണ്ണുചിമ്മി കൂട്ടത്തോടെ പുറത്തേക്ക് പറന്നു.

മെഡിക്കൽകോളേജിലെ ന്യൂമോണിയ വാർഡിന്റെ വരാന്തയിൽ ചമ്മു നനഞ്ഞപൂച്ചയെപ്പോലെ ചുരുണ്ടുകിടന്നു. അവന്റെ ശരീരം കിടുകിടാവിറച്ചു. ഒരുനുള്ള് ശ്വാസത്തിനായി മല്ലടിക്കുന്ന അവന്റെ കാലുകൾ കനിയനാശാൻ പിടിച്ചുവെച്ചു. ആശാന്റെ ചുടുകണമണിഞ്ഞ നെറ്റിത്തടം തറയിലെ തണുപ്പുകൊതിച്ചു. പേടിച്ചരണ്ട സുധ ചമ്മുവിനെ വാരി നെഞ്ചിൽപൊത്തി. ചമ്മുവിന്റെ കണ്ണുകൾ അറ്റുതൂങ്ങാൻതുടങ്ങി. കനിയനാശാൻ ഡോക്ടറുടെ മുറിയിലേക്ക് കുതിച്ചു.

“ഡോട്ടർ സാറെ ഞങ്ങടെ ചമ്മു'' - കനിയനാശാൻ കിതപ്പടക്കാതെ പറഞ്ഞു.

“ചോദിച്ചിട്ടുവേണ്ടെ കിളവാ മുറിയിലേക്ക് കയറിവരാൻ...”- ഡോക്ടർ പൊട്ടിത്തെറിച്ചു. കനിയനാശാൻ ഭീതിയോടെ പതുങ്ങി

“സാർ ഞങ്ങടെ ചമ്മുവിന്...''

“കുട്ടികളെ പെറ്റിട്ടാൽ പോര നല്ല ഭക്ഷണവും കൊടുക്കണം. വിളർച്ച മാത്രമല്ല. ന്യൂമോണിയയും കടുത്തതാണ്. അത്രയൊക്കയേ ചെയ്യാനൊക്കൂ..'' - ലാപ്ടോപ്പിൽനിന്നും കണ്ണെടുക്കാതെ ഡോക്ടർ കയർത്തു.

“രച്ചിക്കണം സാർ.. ഞങ്ങടെ ചമ്മുവിനെ എങ്ങനെയെങ്കിലും രച്ചിക്കണം സാർ''- കനിയനാശാൻ കൈകൂപ്പിനിന്നു.

“ഹെ മിസ്റ്റർ.. നിങ്ങളോടല്ലേ പോകാൻ പറഞ്ഞത്. ഇതുവലിയ നാശമായല്ലോ?” - ഇരിപ്പിടം പിന്നോട്ട് ആഞ്ഞുതള്ളി ഡോക്ടർ പുറത്തേക്ക്വന്നു. കനിയനാശാൻ അയാൾക്ക് പിന്നാലെ കുതിച്ചു.

ചമ്മു സുധയുടെ മടിയിൽ കിടന്നുപിടഞ്ഞു. ഡോക്ടറെ കാത്തുനില്ക്കാതെ അവനെ മലഞ്ചെരുവ് തിരിച്ചുവിളിച്ചു. ചമ്മുവിന്റെ അടഞ്ഞ കണ്ണിൽ ഡോക്ടർ മരണമെഴുതി. സുധ തലതല്ലി നിലവിളിച്ചു.

ചമ്മുവിനെ സ്ട്രക്ചറിലേക്ക് മാറ്റി. പാഴ്ത്തുണിപോലെ നിലത്തുവീണ മകളെ കനിയനാശാൻ കൈകളിൽ താങ്ങി.

‘‘സിസ്റ്റർ ബോഡി മോർച്ചറിയിലേക്ക് മാറ്റിയേക്ക്. നാളെ ഉച്ചകഴിഞ്ഞുകൊടുത്താൽ മതി. മന്ത്രി വിളിച്ചിരുന്നു. കുഞ്ഞുങ്ങളുടെ മരണം അന്വേഷിക്കാൻ കേന്ദ്രസംഘം ഇവരുടെ നാട്ടിൽ നാളെ എത്തുന്നുണ്ടെന്ന്. മരണം ഇന്നു രേഖപ്പെടുത്തേണ്ട.'- അല്പം മുന്നോട്ടുനടന്ന ഡോക്ടർ സിസ്റ്ററെ വിളിച്ചു സ്വകാര്യം പറഞ്ഞു.

പിറ്റേദിവസം ഉച്ചയ്ക്ക് കേന്ദ്രസംഘം ചേർമലയിറങ്ങിയ നേരം മോർച്ചറിയുടെ വാതിൽതുറന്നു. വെള്ളപുതച്ച ചമ്മുവിന്റെ ദേഹം കനിയനാശാൻ ഏറ്റുവാങ്ങി. ഉച്ചവെയിൽ അവർക്ക് മുകളിൽ തിളച്ചു. ആംബുലൻസിനരികിലെത്തി കനിയനാശാൻ കീശ പരതി.

ബസിന്റെ ചലനത്തിനൊപ്പിച്ച് കനിയനാശാന്റെ മടിയിലെ പ്ലാസ്റ്റിക് കൂടിൽ ഒളിപ്പിച്ച ചമ്മുവിന്റെ ദേഹം ഇളകിക്കൊണ്ടിരുന്നു. ആശാന്റെ

തോളിൽ തലചായ്ച്ച സുധയുടെ കണ്ണുകളിൽ ഉറവവറ്റി. വിജനമായ മലഞ്ചെരുവിൽനിന്നും ചൂടുള്ള കാറ്റ് ബസിനകത്തേക്ക് പാഞ്ഞുകയറിക്കൊണ്ടിരുന്നു. സ്റ്റീരിയോവിൽ നിന്നുയർന്ന പാട്ടിന് താളം പിടിക്കുന്ന യാത്രക്കാർക്കിടയിൽനിന്നും ചമ്മുവിന്റെ ജഡം ഒളിപ്പിക്കാൻ കനിയനാശാൻ പാടുപെട്ടു.

മലഞ്ചെരുവിൽ പിക്ആക്സിന്റെ കൂർത്തനഖം പതിയുന്ന ശബ്ദം കേട്ട് ഹരീഷ് കുമാർ നടുങ്ങി. അയാളുടെ രക്തസമ്മർദ്ദം ഉയരുന്നതുപോലെ. മുട്ടോളമെത്തിയ കുഴിയിൽ ചമ്മുവിന്റെ ദേഹം മണ്ണുപുതയ്ക്കുന്നത് അയാൾ കണ്ടു. ചേനത്തണ്ടുപോലെ കുഴഞ്ഞ മകൾ സുധയെ ചേർത്തുപിടിച്ചു കനിയനാശാനും ആളുകളും കുടികളിലേക്ക് നടന്നു. മുന്നിൽ നടക്കുന്ന സ്വർണ്ണമുടിയുള്ള പെൺകുട്ടി ഈറനണിഞ്ഞ കവിളുകൾ തുടച്ചു തീക്ഷ്ണമായി അയാളെ നോക്കി. അയാളുടെ തല കുനിഞ്ഞു. മകൾ ജാൻവിയുടെ മുഖം മനസ്സിൽ വന്നുതറച്ചു.

കാതുകളിൽ കാറ്റാടിമൂപ്പന്റെ മുരൾച്ച ഈർച്ചവാളായി പാഞ്ഞുകയറിയ നേരം നാരിക്കില്ലാപ്പുഴയിലേക്ക് ഹരീഷ് കുമാർ ഓടി. പുഴയുടെ നടുവിൽ കുത്തിയിറക്കിയ കാറ്റാടിമൂപ്പന്റെ ഉരുക്കുകാലിൽ പാഞ്ഞുകയറി. കാറ്റിനെ പിടിക്കുന്ന നീളൻ കൈകളുടെ ചാക്രികവേഗം കനത്തു. മുകളിൽനിന്നും താഴേക്ക് പാഞ്ഞ അയാളുടെ കണ്ണുകളിൽ മലഞ്ചെരുവിലെ കുഴിമാടങ്ങളിൽ വെയിൽചുട്ട് ആവിപറക്കുന്ന മൺതരികൾ തെളിഞ്ഞു. ഭ്രാന്തമായി അലറിവിളിച്ച് കാറ്റാടിക്കൈകളുടെ ഭ്രമണപഥത്തിലേക്കയാൾ ശിരസ്സുകുനിച്ചു. ഒരു ഉൾക്കിടിലത്തോടെ ഉണ്ടക്കണ്ണുകളും കോലൻ മുടിയും കൊമ്പൻ മീശയും തീവ്രതയേറ്റുന്ന ആ ശിരസ്സ് നരിക്കില്ലാപ്പുഴപ്പരപ്പിൽ വന്നുപതിച്ചു. കാറ്റാടിക്കൈകൾ അയാളുടെ ചോരയിൽ മുങ്ങിനിവർന്ന് ചിറകടിച്ചു മുരണ്ടു.

പാസ്പോർട്ട് സൈസ് ഫോട്ടോ

കുഞ്ഞൂട്ടിയമ്മയ്ക്ക് പതിവില്ലാത്ത തിരക്കാണ്. വെളുപ്പിന് എഴുന്നേറ്റ് എണ്ണയും തേച്ച് മുറ്റത്ത് കൂടെയുള്ള പതിവ് നടത്തം ഇന്ന് ഉണ്ടായില്ല. കിഴക്കെ അതിരിലെ വരിക്ക പ്ലാവിന്റെ ഇലകളുടെ പ്രതിരോധ വലയം തകർത്തെത്തിയ വെളിച്ചത്തിന്റെ കൈകൾ കണ്ണിൽ തട്ടിയപ്പോൾ ചടപടാന്ന് എഴുന്നേറ്റു. ഉമിക്കരിയിൽ ഉപ്പ് ചേർത്ത് പുളിങ്കുരു പോലത്തെ പല്ല് തേച്ചുമിനുക്കി. മുഖം കഴുകുമ്പോൾ പേരക്കുട്ടി പിങ്കിമോൾ പറഞ്ഞ കളിവാക്ക് വീണ്ടും നെഞ്ചിൽവന്നു എത്തിനോക്കി.

"ദേ അച്ചരാ, മംഗൾയാൻ പകർത്തിയ ആദ്യഫോട്ടോ.... അച്ഛമ്മയുടെ മുഖം പോലേണ്ട്.... നിറയെ കുണ്ടുംകുഴിയും ചുളുക്കും. ഹഹഹ"- അവളുടെ ചിരി വീണ്ടും കാതിൽ മുഴങ്ങി.

ഏകമകൻ ദാസന്റെ മകളാണ്. കുറുമ്പും കുസൃതിയും പൊടിക്കുണ്ട്. അന്ന് മകനും മരുമകൾ സുജാതയും ഓഫീസിൽ പോയനേരം പത്രത്തിൽ ചൊവ്വയുടെ ചിത്രം തെരഞ്ഞുപിടിച്ചു തന്റെ മുഖം ഇങ്ങനെയാണോയെന്ന് ആശങ്കപ്പെട്ടു കുഞ്ഞൂട്ടിയമ്മ. അവരുടെ ചുക്കിച്ച വിരൽത്തുമ്പുകൾ മൃദുവായി മുഖത്തെ ചുളിവുകളിലൂടെ കുതറിയോടി.

ആറുവർഷംകൊണ്ട് തന്റെ മുഖം അത്രയ്ക്കും കുണ്ടുംകുഴിയുമായോ? ആശങ്ക പേനുപോലെ തലയിലൂടെ ഇഴഞ്ഞു. ഭർത്താവ് കണാരേട്ടൻ മരിച്ചശേഷം ആ മുഖം കണ്ണാടി തൊട്ടിട്ടില്ല. പിന്നീട് അണിഞ്ഞൊരുങ്ങി പുറത്തേക്ക് ഒന്നും പോയിട്ടില്ല. ഏറിയാൽ ആ കിഴക്കേ അതിരിലെ വരിക്ക പ്ലാവിന്റെ തണലിൽ വരെ. അവിടെയാണല്ലോ മൂപ്പര്.

കണാരേട്ടന്റെ മരണശേഷം സ്വന്തമായി ഉണ്ടായിരുന്ന കണ്ണാടിയും അവർക്ക് നഷ്ടമായിരുന്നു. കൊല്ലത്ത് സ്നേഹിതനെ കാണാൻ പോയി തിരിച്ചുവരുമ്പോൾ ആറന്മുളക്കണ്ണാടിയുമായി ആയിരുന്നു വരവ്. "അതി

ലൂടെ നോക്കുമ്പോൾ കുഞ്ഞൂട്ടിയേ നീ ചെന്താമര പോലുണ്ട്ന്ന്" മൂപ്പര് പറയുമായിരുന്നു. കിടപ്പുമുറിയുടെ രണ്ടു മൂലയുമായി കൂട്ടിക്കെട്ടിയ അയലിനിടയിൽ ചുമരിലായിരുന്നു ആ കണ്ണാടി തൂക്കിവെച്ചത്. മകൻ പുതിയ വീട് പണിതതോടെ സന്ദർശക മുറിയിലെ ഷെൽഫിലായി അതിന്റെ സ്ഥാനം. ചില്ലിട്ട, പൂട്ടുള്ള ഷെൽഫിൽ എടുപ്പോടെ നിന്ന് ആറന്മുളക്കണ്ണാടി ഇപ്പോഴും കുഞ്ഞൂട്ടിയമ്മയെ മോഹിപ്പിക്കാറുണ്ട്. പക്ഷേ, അവരുടെ മുഖത്തിന് എത്തിനോക്കാൻ കഴിയാത്തവിധം മുകളിലെ തട്ടിലാണ് അതിന്റെ സ്ഥാനം. താക്കോലാണെങ്കിൽ സ്റ്റോർ റൂമിന്റെ താക്കോലിനൊപ്പം സുജാതയുടെ കസ്റ്റഡിയിലുമാണ്.

ചില രാത്രിസ്വപ്നങ്ങളിൽ കണാരേട്ടൻ കണ്ണാടിയിൽ നോക്കി "എടീ കുഞ്ഞൂട്ടിയേ..." എന്നു നീട്ടിവിളിച്ച് അവർക്ക് മുന്നിൽ വരും. ആ മരണത്തോടെ കുഞ്ഞൂട്ടിയമ്മയ്ക്ക് നഷ്ടമായത് സ്വന്തം മുഖം കൂടിയായിരുന്നു. അല്ലെങ്കിലും വാർദ്ധക്യത്തിന്റെയും വൈധവ്യത്തിന്റെയും മുഖം കാണാൻ ആരും ശ്രമിക്കാറില്ലല്ലോ

ഒരിക്കൽ കുളികഴിഞ്ഞ് തലയാറ്റിയ തോർത്ത് മുണ്ടിലേക്ക് മിന്നൽ പിണർപോലെ വെളുത്ത മുടിനാരുകൾ കൂട്ടത്തോടെ പൊഴിഞ്ഞു വന്നപ്പോൾ ഒന്നു കണ്ണാടി നോക്കണം എന്ന ചിന്ത അവർക്കുണ്ടായി. പക്ഷേ, ആ വീട്ടിൽ ദാസന്റെ കിടപ്പുമുറിയിൽ മാത്രമേ കണ്ണാടി ഉണ്ടായിരുന്നുള്ളൂ. ഡ്രസിങ് അലമാരയുടെ വാതിലിൽ പതിപ്പിച്ച ആ നില കണ്ണാടി നോക്കാൻ പലവട്ടം അവർ ശ്രമിച്ചതാണ്. ഒരിക്കൽ ഒരു സാഹസത്തിന് മുതിർന്ന് പരാജയപ്പെടുകയും ചെയ്തു; മുറിയിൽ കയറിയ ഉടനെ പുറകിൽ സുജാതയുടെ കാലനക്കം.

"ദേ, അമ്മക്കെന്താ നമ്മുടെ മുറിയിൽ കാര്യം. കുറെ ദിവസമായി അവിടെയൊക്കെ ചുറ്റിപ്പറ്റി നില്ക്കുന്നു. ഒരു കള്ളലക്ഷണം. എനിക്ക് പേടിയാകുന്നു. ഗോൾഡ് ബാങ്ക് ലോക്കറിലേക്ക് മാറ്റാമെന്ന് ഞാൻ എത്ര തവണയായി പറയുന്നു."- സുജാതയുടെ വാക്കുകൾ മകന്റെ മുറിയുടെ ഭിത്തിയേയും ഇരുട്ടിനെയും തുളച്ച് കുഞ്ഞൂട്ടിയമ്മയുടെ ചെവിയിലെത്തി. വരാന്തയിലെ തിണ്ണയിൽ ഇരുന്ന് വെറ്റിലമുറുക്കുകയായിരുന്ന അവരുടെ കൈയിൽനിന്നും വെറ്റിലച്ചെല്ലം താഴെപ്പോയി. കണ്ണിൽ ഇരുട്ടുകുത്തി. മാനത്ത് തന്നെ നോക്കിനിന്ന അമ്പിളിക്കല ആരോ കട്ടുകൊണ്ടുപോയതായി അവർക്ക് തോന്നി. അന്നത്തോടെ കണ്ണാടി നോക്കണം എന്ന ആശയ്ക്ക് പൂർണ്ണവിരാമമായി.

അയൽ വീടുകളിൽ ചെന്ന് കണ്ണാടി നോക്കാൻ മടിയോ ജാള്യതയോ എന്തോ ഒന്ന് അവരെ ചെന്നുപൊതിഞ്ഞു. പഴയ വീട്ടിലിരുന്നാൽ മുന്നിലെ പച്ചവിരിച്ച തുറസ്സായ പാടവും അതിനപ്പുറം കൂട്ടുകാരി വടക്കേതിൽ അയ്ച്ചുമ്മയുടെ വീടും കാണാമായിരുന്നു. പുതിയ വീടിന് ചുറ്റും കൂറ്റൻ മതിലുകൾ പുറം കാഴ്ചകൾക്കുമേൽ തിമിരമായി മുളച്ചുപൊന്തിയതോടെ അടുത്ത വീടുകളിൽ ആരെന്നുപോലും കുഞ്ഞൂട്ടിയമ്മയ്ക്ക് തിട്ടമില്ലാതായി. പിന്നെ കണ്ണാടി അന്വേഷിച്ച് ആരുടെ വീട്ടിൽ പോകും.

ഇന്ന് ഏത് വീടിന്റെ ഉമ്മറച്ചുമരിലാണ് കണ്ണാടിയുള്ളത്?. ഗൾഫിൽനിന്നും മകൻ കൊടുത്തുവിട്ട കറുത്ത പർദ്ദ ധരിക്കാൻ തുടങ്ങിയതോടെ അയ്ച്ചുമ്മയും ആ വഴി മറന്നു. അതോടെ വെറ്റിലച്ചെല്ലം മാത്രമായി കൂട്ട്.

ഇന്ന് കുഞ്ഞൂട്ടിയമ്മ ടൗണിലേക്ക് പോകുകയാണ്. ഇനിമുതൽ പെൻഷൻ കിട്ടണേൽ ഫോട്ടോയും ബാങ്ക് അക്കൗണ്ട് നമ്പറും വേണമത്രേ. ആയ കാലത്ത് കണാരേട്ടന്റെ കൂടെ വയലിൽ മഴയും വെയിലും കൂസാതെ ചെളിയിൽ പണിതതിന്റെ ശേഷിപ്പ് - കർഷക തൊഴിലാളി പെൻഷൻ. ഇപ്പോൾ അതുകിട്ടുന്ന ദിവസം മാത്രമാണ് സുജാതയുടെ മുഖത്ത് അമ്മായി അമ്മയോടുള്ള സ്നേഹം മേക്കപ്പിട്ട് വരുന്നത്. പെൻഷനുമായി പോസ്റ്റുമാൻ അന്ത്രു വരുന്നത് കുഞ്ഞൂട്ടിയമ്മയേക്കാൾ സുജാതയ്ക്കായിരുന്നു നിശ്ചയം. ഇന്നലെ വന്നപ്പോൾ ഫോട്ടോയും ബാങ്ക് അക്കൗണ്ടും ഇല്ലെങ്കിൽ പെൻഷൻ ഇനി മുടങ്ങുമെന്ന് അന്ത്രു അന്ത്യശാസനം നല്കി. പണം ഒപ്പിട്ട് വാങ്ങുംമുൻപെ സുജാതയുടെ കൈകൾ ജെ സി ബിയായി രൂപാന്തരം പ്രാപിച്ചിരുന്നു.

കുളിച്ചൊരുങ്ങി. മുണ്ടും നേര്യതും ഉടുത്ത് ഉമ്മറത്ത് ഇറങ്ങിയപ്പോഴേക്കും പോർച്ചിൽ കാറിന്റെ ഹോൺ ഉച്ചത്തിൽ മുഴങ്ങി. "അച്ഛമ്മേ വേഗം വാ..." മുൻവശത്തെ സീറ്റിൽനിന്നും തല പുറത്തേക്കിട്ട് പിങ്കിമോളുടെ വിളി. താൻ വൈകിയെന്ന് സുജാതയുടെ ഇരുണ്ട മുഖം കുഞ്ഞൂട്ടിയമ്മയെ ഓർമ്മപ്പെടുത്തി. വാതം പിടിച്ചുകയറിയ വലതുകാൽ വേച്ച് വേച്ച് അവർ കാറിനകത്തേക്ക് ഇഴഞ്ഞുകയറി. പിൻസീറ്റിൽ സുജാതയ്ക്കടുത്തായി മുൾമുനയിലെന്നപോലെ ഇരിപ്പായി.

അമ്മയെ ഏങ്കണ്ണിട്ടൊന്നു നോക്കി ദാസൻ പുത്തൻകാർ മുന്നോട്ടെടുത്തു. മകന്റെ പിന്നിൽ ഒരു വാലുണ്ടോയെന്ന് അവർക്ക് അപ്പോഴും തോന്നി. തന്റെ പ്രായത്തിന്റെ കാഴ്ചക്കുറവിൽ അങ്ങനെ തോന്നുകയാണെന്ന് പതിവുപോലെ സമാധാനിച്ചു. കാർ ഗേറ്റുകടന്നു റോഡിലിറങ്ങി. അല്പസമയത്തിനകം കാറിനകത്ത് കോടമഞ്ഞ് പുതഞ്ഞു. മഞ്ഞുപാളികൾ നിവർന്നുനില്ക്കുന്നതുപോലെ. സുജാതയുടെ വിരലുകൾ സ്മാർട്ട് ഫോണിനെ വികാരഭരിതമാക്കിക്കൊണ്ടിരുന്നു. ടാബിൽ വേഗത്തിലോടുന്ന ബൈക്ക് റേസിന് പിന്നാലെ പിങ്കിമോളും. മൗനം കുത്തിനിറച്ച കാർ കുണ്ടുംകുഴിയും നിറഞ്ഞ റോഡിലൂടെ ഇഴഞ്ഞുനീങ്ങി.

കാറിന്റെ മുന്നിലത്തെ കണ്ണാടിയിൽ അപരിചതത്വത്തിന്റെ ആവരണം പുതച്ച മകന്റെ മുഖം അമ്മയെ അസ്വസ്ഥമാക്കി. ഈ യാത്ര തുടങ്ങിയിട്ട് അരമണിക്കൂറിലധികമായി. ഇതുവരെ ഒരക്ഷരം അവൻ അമ്മയോട് മിണ്ടിയിട്ടില്ല. കുറച്ചുവർഷങ്ങളായി ഇതു പതിവാണ്. അമ്മയെന്നും അമ്മയാണല്ലോ? മകനല്ലേ രൂപാന്തരം പ്രാപിക്കുന്നത്. കൈക്കുഞ്ഞ്, ബാലൻ, കൗമാരക്കാരൻ, യുവാവ്, അച്ഛൻ, ഭർത്താവ്, ഗൃഹനാഥൻ...

മകന്റെ നിശ്ശബ്ദത അമ്മയെ കുത്തി നോവിച്ചുകൊണ്ടിരുന്നു. വിതുമ്പലിന്റെ ഒരുപാട കണ്ണുകളെ ഈറനണിയിച്ചു. ശരീരം വിറയാർന്നു.

"അച്ഛമ്മേ, വിറയ്ക്കുന്നുണ്ടോ? ഏ സി കുറയ്ക്കണോ" - പിങ്കി മോൾ ചോദിച്ചു. സുജാതയുടെ തുറിച്ചുനോട്ടത്തിൽ പകച്ച് പിങ്കിമോളുടെ ശബ്ദം ഉൾവലിഞ്ഞു. കുഞ്ഞൂട്ടിയമ്മ വേഷ്ടിമുണ്ടിന്റെ തലപ്പ് കൊണ്ട് കവിളുകൾ തുടച്ചു. നിലനില്പ് പ്രശ്നമാകുമ്പോൾ പ്രതികരണം നഷ്ടമാകുമല്ലോ.

കാറിന് പുറത്ത് മിന്നിമായുന്ന ഈ പുറംകാഴ്ചകളെപ്പോലെ കാണുന്നവർക്ക് എത്ര സുന്ദരമാണ് തന്റെ ജീവിതമെന്ന ചിന്തയിലായി കുഞ്ഞൂട്ടിയമ്മ. ജോലിയുള്ള മകനും മരുമകളും. പുറത്തുപോകാൻ കാറ്.... പക്ഷേ,... കുഞ്ഞൂട്ടിയമ്മയ്ക്ക് സങ്കടം വന്നു.

കാർചെന്നുനിന്നത് ബഹുവർണ്ണ പോസ്റ്ററുകൾ ഒട്ടിച്ചുവെച്ച ഒരു സിനിമാ കൊട്ടകയ്ക്ക് പുറത്തായിരുന്നു.

"അച്ഛമ്മ ചെറിയ തിയേറ്ററിൽനിന്ന് സിനിമ കണ്ടിട്ടില്ലല്ലോ. നമുക്ക് ടൗണിൽ പോകുമ്പോൾ അവിടുന്ന് സിനിമ കാണാമെന്ന് അച്ഛൻ പറഞ്ഞിട്ടുണ്ട്. മൾട്ടിപ്ലക്സ് തിയേറ്റർ എന്നാണത്രേ അതിന്റെ പേര്. ടിക്കറ്റ് വലിയ ചാർജാണത്രേ."- പിങ്കി മോൾ പറഞ്ഞത് കുഞ്ഞൂട്ടിയമ്മയ്ക്ക് ഓർമ്മ വന്നു. "ഞങ്ങൾക്ക് ഇവിടെ ഒരു പ്രോഗ്രാമുണ്ട്. അമ്മ കാറിൽ ഇരുന്നോളൂ. വെള്ളം വേണേൽ കുപ്പിയിൽ ഉണ്ട്. തീർത്തും കുടിച്ചേക്കരുത്.'' - കാറിന് പുറത്തിറങ്ങി ദാസൻ അന്നാദ്യമായി ചുണ്ട നക്കി.

"അച്ഛമ്മ വരുന്നില്ലേ..." പിങ്കിമോളുടെ ചോദ്യം മുഴുമിപ്പിക്കുന്നതിന് മുൻപ് സുജാത അവളുടെ കൈ പിടിച്ചുവലിച്ചു നടന്നു. പിങ്കിമോൾ തലതാഴ്ത്തി സുജാതയ്ക്ക് പിന്നാലെ നടന്നു. തിരിഞ്ഞു നോക്കിയ അവൾക്ക് നേരെ പാതിനിവർന്ന കൈപ്പത്തിവെച്ച് കുഞ്ഞൂട്ടിയമ്മ ടാറ്റ കൊടുത്തു. അപ്പോഴവരുടെ കണ്ണുകളിൽനിന്നും നൂറ് ഡിഗ്രിക്കുമപ്പുറം ചൂടുള്ള ജലകണങ്ങൾ അടർന്നുവീണു. നിമിഷങ്ങൾക്കകം അവിടം വിജനമായി. വെയിൽനിന്നു കത്താൻ തുടങ്ങി. റോഡിൽനിന്നും തീ പറന്നു. കാറിനകത്ത് ഉണ്ടായിരുന്ന തണുപ്പ് മകനൊപ്പം ഇറങ്ങിപ്പോയിരുന്നുവെന്ന് കുഞ്ഞൂട്ടിയമ്മയ്ക്ക് അപ്പോഴാണ് മനസ്സിലായത്. വെയിലിന്റെ നാവുകൾ കാറിന്റെ പുറം നക്കിത്തുടയ്ക്കാൻ തുടങ്ങിയപ്പോൾ തൊണ്ടയിൽ വരൾച്ചയുടെ മുള്ളുകൾ എഴുന്നുനിന്നു. വിൻഡോ ഗ്ലാസ് ഉയർത്തിയിട്ടതിനാൽ നഗരത്തിൽ റേഷൻ പോലെ കിട്ടിയ കാറ്റ് ആ വഴി തിരിഞ്ഞുനോക്കിയുമില്ല. വിയർപ്പുകണങ്ങൾ വേരുകൾ പോലെ ശരീരത്തിൽ പടർന്നു പിടിച്ചപ്പോൾ മുന്നിലെ സീറ്റിൽ കരുതിയ മിനറൽ വാട്ടർ കുപ്പിയിലേക്ക് നാവ് നീണ്ടു. തീർത്തും കുടിച്ചേക്കരുത് എന്ന മകന്റെ താക്കീത് ചെവിയിൽ മുഴങ്ങിയെങ്കിലും അവർ കുപ്പിയിലെ വെള്ളം ഒറ്റയടിക്ക് കുടിച്ചുതീർത്തു. ഉടുതുണി നനഞ്ഞൊട്ടിയ നേരം കുഞ്ഞൂട്ടിയമ്മയുടെ കണ്ണുകൾ ഉറക്കത്തിലേക്ക് വഴുതി.

പിങ്കിമോൾ വന്ന് ഡോർ വലിച്ചുതുറന്നപ്പോൾ അകത്തേക്ക് വന്ന കാറ്റ് കുഞ്ഞൂട്ടിയമ്മയെ പിടിച്ച് ആശ്ലേഷിച്ചു. ശ്വാസം മുട്ടിക്കിടന്ന റോഡി

ലൂടെ പിച്ചവെച്ച അവരുടെ കാർ മറ്റൊരു കെട്ടിടത്തിന്റെ കോമ്പൗണ്ടിലേക്ക് നുഴഞ്ഞുകയറി. മുന്നിലെ സ്റ്റുഡിയോ ലക്ഷ്യമാക്കി നടന്ന മകനും മരുമകൾക്കും പേരക്കുട്ടിക്കും പിന്നാലെ കുഞ്ഞൂട്ടിയമ്മ ഏന്തിവലിച്ചുനടന്നു.

ഫാമിലി ഫോട്ടോയെന്ന് പറഞ്ഞപ്പോൾ ക്യാമറയുമായി വന്ന യുവാവ് അവരെ തൊട്ടടുത്ത മുറിയിലേക്ക് നയിച്ചു. ഗ്രീൻ റൂമിൽ ദാസനും സുജാതയും ഒരുങ്ങി ക്യാമറയ്ക്ക് മുന്നിലേക്ക് നിന്നു. ദാസൻ അമ്മയെ പിടിച്ച് തന്റെ അരികിൽ നിർത്തി. "ഫാമിലി ഫോട്ടോയിൽ എന്തിനാ അമ്മ. അമ്മയുടെ പാസ്പോർട്ട് സൈസ് ഫോട്ടോ അല്ലേ എടുക്കേണ്ടത്."- സുജാതയുടെ മുഖം വീർത്തു. "അതുപറ്റില്ല അമ്മയും നില്ക്കട്ടെ ഫാമിലി ഫോട്ടോയിൽ" - ദാസൻ പറഞ്ഞു. കുഞ്ഞൂട്ടിയമ്മയുടെ നെഞ്ചിൽ ആശ്വാസം ചിറകടിച്ചു. ഒരുതരി കണ്ണീര് കവിളിലൂടെ ഊർന്നിറങ്ങി. തന്നോട് മിണ്ടാട്ടം കുറവാണെങ്കിലും മകന്റെയുള്ളിൽ തന്നോടുള്ള സ്നേഹമുണ്ടല്ലോയെന്ന് അവർ ആശ്വസിച്ചു. പേറ്റുനോവിന്റെ മധുരം വീണ്ടുംഉറയുന്നതുപോലെ...

"അമ്മേ കണ്ണുതുടച്ച് ചിരിക്കമ്മേ." ക്യാമറേന്തിയ യുവാവ് അമ്മയെ ദാസനോട് ചേർത്തുനിർത്തി പറഞ്ഞു. ദാസന്റെ വലതുഭാഗത്തായി സുജാതയും മുന്നിലെ ചെറിയ കസേരയിൽ പിങ്കിമോളും ഇരുന്നു.

"ഒന്നുചിരിക്കൂ ചേച്ചി"- സുജാതയുടെ വീർത്ത മുഖത്ത് നോക്കി യുവാവ് പറഞ്ഞു. ക്യാമറയുടെ കണ്ണിൽനിന്ന് വെളിച്ചം ചിതറിത്തെറിച്ചു. വർഷങ്ങളായി അമ്മ മകനോട് ചേർന്ന് നിന്നിട്ട്. ആ നിർവൃതിയിൽ എല്ലാവരും പുറത്തിറങ്ങിയശേഷവും കുഞ്ഞൂട്ടിയമ്മയെ അവിടെ പിടിച്ചു നിർത്തി.

"ഫാമിലി ഫോട്ടോയിൽ അമ്മ വേണ്ട. അമ്മയെ ക്രോപ്പ് ചെയ്തു മാറ്റി ഞങ്ങൾ മൂന്നുപേരുമുള്ള ഫോട്ടോ ഫ്രേം ചെയ്യണം. അമ്മയുടെ പാസ്പോർട്ട് സൈസ് ഫോട്ടോയാണ് ഉദ്ദേശിച്ചത്. ആ ക്രോപ്പ് ചെയ്തുമാറ്റുന്ന അമ്മയുടെ ഫോട്ടോ പാസ്പോർട്ട് സൈസ് ആക്കിയാൽ മതി. ഇനിയിപ്പോൾ വേറെ എടുക്കേണ്ടതില്ലല്ലോ."- ക്യാഷ് കൗണ്ടറിനടുത്തെത്തി ദാസൻ ഒറ്റ ശ്വാസത്തിൽ പറഞ്ഞൊപ്പിച്ചു.

കുഞ്ഞൂട്ടിയമ്മയുടെ ചങ്കിൽ കത്തി കുത്തിയിറക്കുന്നതുപോലെ മകന്റെ വാക്കുകൾ. കണ്ണിൽ ഇരുട്ടുകയറി. മുന്നിലെ നിലക്കണ്ണാടിയിൽ അവർ തന്റെ മുഖം വർഷങ്ങൾക്ക് ശേഷം കണ്ടു. അന്നാദ്യമായി മംഗൾയാൻ പകർത്തിയ ചൊവ്വയുടെ രൂപം അവർ കണ്ണാടിയിൽ കണ്ടു. ചുളുക്കുകളിൽ വെള്ളം തടം കെട്ടിനില്ക്കുന്നു. ചൊവ്വയുടെ ചുളുക്കുകളിലും വെള്ളം കാണുമോ? കാണില്ല. ചൊവ്വയെ വേദനിപ്പിക്കാൻ ആരുമുണ്ടാകില്ല. അല്ലെങ്കിൽ ചൊവ്വയ്ക്ക് വേദനയും ഒറ്റപ്പെടലും എന്തെന്ന് അറിയില്ല.

"അല്ല, ഇതുനിങ്ങളുടെ പെറ്റമ്മ തന്നെയല്ലേ?" യുവാവ് ദേഷ്യപ്പെട്ടു. "ഹും പാസ്പോർട്ട് സൈസ് ഫോട്ടോക്ക് നൂറ് രൂപയെ വേണ്ടു കഷ്ടം."

അയാൾ രോഷം മറച്ചുവച്ചില്ല. യുവാവിന്റെ വാക്കുകളിൽപൊള്ളി ദാസന്റെ മുഖം കരിവാളിച്ചു.

കുഞ്ഞൂട്ടിയമ്മയുടെ കൈ മുണ്ടിന്റെ കോന്തലയിലേക്ക് നീണ്ടു. കോന്തലക്കെട്ടഴിച്ച് അവർ നൂറു മടക്കുകളാക്കിയ നൂറ് രൂപ നോട്ട് നിവർത്തി മൂക്കിന് നേരെ പിടിച്ച് കണ്ണുകൾ അടച്ചു. കണാരേട്ടന്റെ വിയർപ്പും നെൽപാടവും കുന്നിൻചെരിവും പീറ്റതെങ്ങുകളും പഴയവീടും ആറന്മുളക്കണ്ണാടിയും അയ്ച്ചുമ്മയുമെല്ലാം അവരുടെ മുന്നിലൂടെ പാഞ്ഞു പോയി.

ചുളുക്കുവീണ ആ മുഷിഞ്ഞ നോട്ട് വിറയാർന്ന കൈയാൽ യുവാവിനുനേരെ നീട്ടി കുഞ്ഞൂട്ടിയമ്മ പറഞ്ഞു 'ഒരു പാസ്പോർട്ട് സൈസ് ഫോട്ടോ."

ക്യാമറയുടെ ഫ്ളാഷുകൾ അമ്മയുടെ മുഖത്ത് മിന്നിമായുമ്പോൾ ഇടിവെട്ടേറ്റതുപോലെ ദാസനും സുജാതയും നിന്നു.

ബ്ലൂ ടിക്

അന്ന് ആ വീട്ടിലേക്ക് കയറി വരുമ്പോൾ മരിയയ്ക്ക് പതിവില്ലാത്ത കിതപ്പുണ്ടായി. അമ്മച്ചി പൂമുഖത്തിരുന്ന് വട്ടക്കണ്ണാടി വെച്ച് പത്രം വായിക്കുകയും ആബമോൻ തെക്കേമുറ്റത്തെ കോണിലെ ചതുരപ്പെട്ടിക്കകത്ത് ചിറകടിച്ച് തളർന്ന ലൗബേർഡ്സിന് തീറ്റ കൊടുക്കുകയുമായിരുന്നു. ആബമോൻ ഓടിവന്ന് അവളെ കെട്ടിപ്പിടിച്ചു. മരിയ ആബമോനെ ചേർത്തുപിടിച്ച് വരാന്തയിലേക്ക് കയറി. മുഖംമറച്ചുനിന്ന വട്ടക്കണ്ണാടി ഊരി പത്രം തിണ്ണയിൽവെച്ച് അമ്മച്ചി എഴുന്നേറ്റ് വാത്സല്യത്തോടെ മരിയയുടെ കൈ പിടിച്ചു. ദീർഘനിശ്വാസം വിട്ട് മരിയ തന്റെ കൈയിൽക്കരുതിയ പ്ലാസ്റ്റിക് കൂടിലെ മധുരം ആബമോനെയേല്പിച്ചു.

അടുക്കളയിൽ അമ്മച്ചി ചായ തിളപ്പിക്കുമ്പോൾ കട്ടിളപ്പടിയിൽനിന്ന് ഒന്നും മിണ്ടാതെ പുറത്തേക്ക് നോക്കുകയായിരുന്നു മരിയ. അമ്മച്ചിക്ക് സുഖമുണ്ടല്ലോ? മരുന്ന് കൃത്യമായി കഴിക്കുന്നില്ലേ? എന്നീ രണ്ടേരണ്ട് ചോദ്യങ്ങൾ മാത്രമേ അവൾ അത്രയും സമയത്തിനുള്ളിൽ ചോദിച്ചുള്ളൂ. പതിവില്ലാത്ത അവളുടെ മൗനം ഘനീഭവിച്ച മുഖം അമ്മച്ചിയെ അലോസരപ്പെടുത്തി. ഭയത്തിന്റെ കുമിളകൾ നെഞ്ചിൽ തിളച്ചുപൊന്തി. എല്ലാ ദിവസവും അവൾ ഫോൺ വിളിക്കുമ്പോൾ അമ്മച്ചിക്ക് വലിയ ആശ്വാസമാണ്. ആബമോനും അതെ. പക്ഷേ, ഒന്നുരണ്ടു ദിവസമായി വിളിയുണ്ടായില്ല. എല്ലാ ദിവസവും അവളുടെ ഗുഡ്നൈറ്റ് കേട്ടെങ്കിൽ മാത്രമേ ആ വീട്ടിലെ വെളിച്ചം കെട്ടിരുന്നുള്ളൂ. ഇന്ന് ഈ നേരം വരെ മരിയ ഒരു തമാശപോലും പറഞ്ഞില്ല. ഒന്നുചിരിച്ചതുപോലുമില്ല. അവളുടെ ഉത്സാഹമെല്ലാം എവിടെപ്പോയി? അമ്മച്ചി വ്യാകുലപ്പെട്ടു.

ആബമോൻ പ്ലാസ്റ്റിക് കൂടിലുണ്ടായിരുന്ന ചോക്ലേറ്റ് കഴിച്ച് ബാക്കിയുള്ളത് അവൾക്ക് മുന്നിലൂടെ അടുക്കളയിലെ തട്ടിൽ കൊണ്ടുവെച്ച

തൊന്നും മരിയ അറിഞ്ഞില്ല. എങ്ങനെ പറയണം. എവിടെ പറഞ്ഞു തുടങ്ങണം എന്ന ആധിയിലായിരുന്നു അവൾ. അപ്പോൾ അമ്മച്ചിക്കും ആബമോനും താൻ മാത്രമേയുള്ളൂവെന്ന ചിന്ത ഉള്ളിൽ ബ്ലൂ ടിക്കിട്ടു; എനിക്കും വേണ്ടേ ജീവിതം എന്ന ഓർമ്മപ്പെടുത്തലും!

ഡൈനിങ് ടേബിളിൽ അമ്മച്ചി നിരത്തിയ തനിക്കിഷ്ടപ്പെട്ട വിഭവങ്ങൾ കണ്ടപ്പോൾ അവളുടെ കണ്ണുനിറഞ്ഞുപോയി. ചൂടുചായ പൊള്ളിച്ചിട്ടാവണം ആ കണ്ണുകൾ നിറഞ്ഞതെന്ന് തീർച്ചപ്പെടുത്തി ചായയ്ക്ക് നല്ല ചൂടുണ്ടെന്നു പറഞ്ഞ് അമ്മച്ചി ഫാനിന്റെ സ്വിച്ചിട്ടു. ഒലിച്ചിറങ്ങാൻ തുടങ്ങിയ ജലനൂലുകളെ കണ്ണിലേക്ക് തന്നെ വലിച്ചെടുക്കാൻ മരിയ നന്നെ പാടുപെട്ടു.

മരിയാന്റിക്ക് പതിവില്ലാത്തതാണല്ലോ ഈ നിശ്ശബ്ദതയെന്ന് ആലോചിച്ച് ലൗബേർഡ്സിനുള്ള തീറ്റ ടേബിളിൽവെച്ച് പാത്രത്തിലേക്ക് പകരുകയായിരുന്നു അപ്പോൾ ആബമോൻ. ഇടയ്ക്കിടെ അവൻ മരിയയെ പാളി നോക്കി. പത്തുവയസ്സിനുള്ളിൽ ഒരു ഏഴുവർഷത്തെ ഇന്നലെകളെല്ലാം ഓർമ്മിച്ചെടുക്കാൻ അവന് കഴിയുന്നുണ്ട്. അവന് രണ്ടര വയസ്സുള്ളപ്പോഴാണ് അവന്റെ മമ്മ മരിച്ചത്. അന്നവന് വയറ് നിറച്ചും അമ്മിഞ്ഞ കൊടുത്തിരുന്നു. പാതിയിലെപ്പൊഴോ നിലച്ച താരാട്ട് പാട്ടിനായി അടുത്തുകിടന്ന മമ്മയെ പരതിയപ്പോൾ അവൻ കണ്ടത് തനിക്ക് മുകളിൽ ഫാനിൽ പൂമ്പാറ്റയെ പോലെ തൂങ്ങിയാടുന്ന മമ്മയെ ആണ്. അതവന് ഓർമ്മയില്ലെങ്കിലും പിന്നീട് ഇത്രയും വർഷത്തിനിടയിൽ പലരും പറഞ്ഞുപറഞ്ഞ് അത് ഒരിക്കലും മറക്കാത്തതായി.

മമ്മയോട് അവനിന്ന് സ്നേഹമില്ല. തൊടിയിലും പൂന്തോപ്പിലും പാറിപ്പറക്കുന്ന പൂമ്പാറ്റകളെ പിടിച്ചവൻ മമ്മയാണെന്ന് പറഞ്ഞ് കുറെ നേരം നോക്കും. പിന്നീട് അതിന്റെ വർണ്ണച്ചിറകുകളിലെ പൊടി ഊതി പറപ്പിക്കും. പതുക്കെ അതിന്റെ ചിറകുകൾ ശരീരത്തിൽനിന്നും പറിച്ചെടുക്കും. ചിറകരിഞ്ഞ പൂമ്പാറ്റ തറയിൽക്കിടന്ന് തീവണ്ടി കളിക്കുമ്പോൾ അവൻ കാലുകൊണ്ടതിനെ ചതച്ചരയ്ക്കും. ചെരുപ്പിനും മണ്ണിനും ഇടയിൽ കിടന്ന് അത് ബബ്ൾഗം പോലെ ചതഞ്ഞരഞ്ഞ് ഒട്ടിക്കിടക്കുമ്പോൾ അവൻ പൊട്ടിച്ചിരിക്കും. അവനെ പേടിച്ച് പൂമ്പാറ്റകൾ ആ വഴി വരാതെയായി.

ആബമോൻ ജനിച്ചശേഷം പ്രിയപ്പെട്ടവരെല്ലാം പോയി. മമ്മയ്ക്ക് ശേഷം പപ്പ. താൻ കാരണമാണ് മമ്മ മരിച്ചതെന്ന കുറ്റബോധത്തിൽ മുഴുക്കുടിയനായ അവന്റെ പപ്പ മദ്യത്തിൽ ഫ്യൂരിഡാൻ ചേർത്താണ് മമ്മയുടെ അടുത്തേക്ക് പോയത്. അന്നവന് ഏഴുവയസ്സുണ്ടായിരുന്നു. പപ്പയുടെ വെള്ളപുതച്ച മൃതദേഹം പെട്ടിയിൽക്കിടത്തിയ ഫോട്ടോ എടുക്കണമെന്ന മോഹമായിരുന്നു അവന്. പപ്പയുടെതന്നെ നോക്കിയ എക്സ്പ്രസ് മ്യൂസിക് മോഡൽ ഫോണിൽ വെള്ളപുതച്ച് പെട്ടിയിൽ. കിടക്കുന്ന പപ്പയെ പകർത്തണമെന്ന് ആബമോൻ മോഹം പറഞ്ഞപ്പോൾ അന്ത്യശുശ്രൂഷയ്ക്കെത്തിയ എല്ലാവരും മുഖം ചുളിച്ചു. ‘‘ബു

ഢിയുറയ്ക്കാത്ത കുഞ്ഞിന്റെ കളി..”- ചിലർ പറഞ്ഞു. വാശിപിടിച്ചു കരഞ്ഞപ്പോൾ അവന്റെ പാപ്പൻ, പപ്പയുടെ കൂടപിറപ്പ് അത് സാധിപ്പിച്ചുകൊടുത്തു. ആബമോൻ പപ്പയുടെ വെള്ളപുതച്ച് മൂക്കിൽ പഞ്ഞിവെച്ച് കിടക്കുന്ന ഫോട്ടോയെടുത്തു. അതു കണ്ടുനിന്നവരുടെയെല്ലാം കണ്ണ് നിറച്ചു. പക്ഷേ, അവന്റെ മുഖം നിർവ്വികാരമായിരുന്നു.

പപ്പയെ പള്ളിയിലെ സെമിത്തേരിയിലേക്കെടുത്തപ്പോൾ ആബമോൻ പള്ളിക്ക് സമീപമുള്ള കണ്ണപ്പൻ മലയിലേക്ക് ഓടിക്കയറി. സെമിത്തേരിയിൽ പപ്പയുടെ പെട്ടിക്ക് മുകളിൽ മണ്ണ് വീഴുമ്പോൾ അവൻ ട്രൗസറിന്റെ പോക്കറ്റിൽനിന്നും ഫോൺ എടുത്ത് പപ്പയുടെ ചൂടാറാത്ത വെള്ളപുതച്ച ഫോട്ടോയിലേക്ക് ഏറെനേരം നോക്കി. നിലത്തുവീണുകിടന്ന കരിയിലകൾ കൂട്ടിയിട്ട് അതിന് നടുവിലായി പപ്പയുടെ ഫോട്ടോ തെളിഞ്ഞ ഫോൺവെച്ചു. കൈയിൽ കരുതിയ തീപ്പെട്ടിയുരച്ച് കരിയിലയ്ക്ക് തീപിടിപ്പിച്ചു. ഫോണിൽ വെള്ളപുതച്ചുകിടക്കുന്ന അപ്പനിലേക്ക് തീ പടരുന്നത് അവൻ ഉന്മാദത്തോടെ നോക്കിനിന്നു. ഫോൺ വലിയ ശബ്ദത്തിൽ പൊട്ടിത്തെറിക്കും മുൻപേ അവൻ കുറച്ചകലെയുള്ള ഉരുളൻ പാറക്കല്ലിലേക്ക് ഓടിക്കയറിനിന്നു ഉറക്കെ പൊട്ടിച്ചിരിച്ചു. ഫോൺ കത്തുമ്പോൾ കാട്ടുപൂവിൽ തേൻനുകരുകയായിരുന്ന പൂമ്പാറ്റയെ പിടിച്ചവൻ ആ തീയിലേക്കിട്ടു. പൂമ്പാറ്റ കത്തിക്കരിയുന്ന മണം വേർതിരിച്ചെടുത്ത് കണ്ണടച്ചപ്പോൾ അവന്റെ മുഖത്ത് നുണക്കുഴി തെളിഞ്ഞുനിന്നു.

പിന്നീട് അവനു പപ്പയും മമ്മയുമെല്ലാം അവന്റെ പാപ്പനായിരുന്നു. പപ്പയുടെ മോട്ടോർ സൈക്കിളിലിരുത്തി എല്ലാ വൈകുന്നേരങ്ങളിലും പാപ്പനവനെ നാട് കാണിച്ചു. മറ്റു കുട്ടികൾക്കിടയിൽ കൂട്ടുകൂടാൻ മടിച്ച ആബമോനു കളിക്കാനായി ലൗബേർഡ്സിനെ വളർത്താൻ തുടങ്ങി. ഒരു ക്രിസ്തുമസ് നാളിൽ ഉണ്ണിയേശുവിന് പുൽക്കൂട് ഒരുക്കുമ്പോഴാണ് പാപ്പന് അങ്ങനെ തോന്നിയത്. പൂമ്പാറ്റയെ പിടിച്ച് മമ്മയാണെന്ന് പറഞ്ഞ് കൊല്ലുന്ന അവന്റെയുള്ളിൽ സ്നേഹത്തിന്റെ അരുവികൾ തീർക്കാനായിരുന്നു ആ ശ്രമം. പക്ഷേ, ഒരു രാത്രി അവനൊപ്പം ഉറങ്ങിക്കിടന്ന പാപ്പൻ പിന്നീട് ഉണർന്നില്ല. അന്നാണ് അവൻ ആദ്യമായി മനസ്സ് നീറി പൊട്ടിക്കരഞ്ഞത്. പാപ്പനും ഇനിവരില്ലെന്ന് അവന് ബോദ്ധ്യമായിരുന്നു.

പാപ്പനും പോയതോടെ അമ്മച്ചി മാത്രമായി അവന് കൂട്ട്; ആഴ്ചയിലൊരിക്കലോ മാസത്തിലൊരിക്കലോ എത്തുന്ന മരിയാന്റിയും. അന്നവർ ഇഷ്ടപ്പെട്ട വിഭവങ്ങളുണ്ടാക്കി. ആക്ടീവയിൽ നാട് ചുറ്റാനിറങ്ങി. തോടരികിലിരുന്ന് ചെറുമീനുകളെപിടിച്ചു കുപ്പിയിലാക്കി. മറ്റുള്ളവരുടെ സഹതാപം നിറഞ്ഞ നോട്ടം ആബമോനിൽ ദേഷ്യമുണ്ടാക്കി. കർത്താവിന്റെ പോലും...! അതിനാൽ ഞായറാഴ്ച കുർബ്ബാനയ്ക്ക്പോലും അവൻ പള്ളിയിൽ പോയില്ല. അവൻ എപ്പോഴും താഴോട്ട് മാത്രം നോക്കി നടന്നു. ഇടവകയിലെ ആർക്കും മുഖം കൊടുക്കാൻ അവൻ ഇഷ്ടപ്പെട്ടില്ല. പാപ്പൻ മരിച്ചിട്ട് രണ്ട് വർഷമാകുന്നു. ഇക്കാലത്തിനിടയിൽ എത്രയോ ലൗബേർഡ്സിനെ അവൻ പോറ്റിവളർത്തി വിറ്റു. വളർത്തിയതിനെ വില്ക്കുമ്പോൾ

അവന് ഉള്ളിലൊരു നീറ്റലുമുണ്ടായില്ല. ഉള്ളിലെവിടെയും അവയോടുള്ള സ്നേഹത്തിന്റെ തരി അവൻ കരുതിയിരുന്നില്ല. അമ്മച്ചിയെയും മരിയാന്റിയെയും ഒഴിച്ച് ആരെയും സ്നേഹിക്കുന്നത് അവന് ഇഷ്ടപ്പെട്ടില്ല. മരണവസന്തം വീണ്ടും വരുമെന്ന ഭയം അവന്റെയുള്ളിനെ ഇടയ്ക്കിടെ പൊള്ളിച്ചു.

മരിയാന്റി വരുമ്പോഴെല്ലാം വീട്ടിൽ ആഘോഷമായിരുന്നു. പക്ഷേ, ഇന്നിപ്പോൾ മരിയാന്റി... ആബമോന് സങ്കടമായി.

ഗ്ലാസിലെ ചായ ഒരിറക്ക് മാത്രം തൊണ്ടകടത്തിവിട്ട് മരിയ അമ്മച്ചിയുടെ കൈപിടിച്ചു പറഞ്ഞു. “ഈ വരുന്ന ഡിസംബർ നാലിന് എന്റെ വിവാഹമാണ്. അമ്മച്ചിയും മോനും വരണം.” അമ്മച്ചിക്ക് മുറിപ്പെട്ടു. പൊടുന്നനെ കൈ പിൻവലിച്ച് അമ്മച്ചി അവളുടെ മുഖത്ത് നിസ്സഹായതയോടെ നോക്കി. ആബമോനും മരിയാന്റിയുടെ വാക്കുകൾ ഉൾക്കൊള്ളാൻ കഴിഞ്ഞില്ല. ആ വാചകം അവന്റെ കാതുകളിൽ വൈബ്രേറ്റ് ചെയ്തുകൊണ്ടിരുന്നു. അമ്മച്ചി മുഖം താഴ്ത്തി ടേബിളിൽ തലതാഴ്ത്തിയിരുന്നു. അവരുടെ കണ്ണിൽനിന്നും നനവ് മടിത്തട്ടിലേക്ക് ഉരുണ്ടു വീണു. ആബമോന്റെ കൈയിൽനിന്നും തെന നിലത്തുവീണു ചിതറി. ഭിത്തിയിൽ തറച്ച പാപ്പന്റെ ഫോട്ടോയിൽ നോക്കിയപ്പോൾ തൊണ്ട വരണ്ടു. പൊടിഞ്ഞ കണ്ണീർ നനവ് ഇടംകൈ കൊണ്ട് തുടച്ച് അവൻ മുറ്റത്തേക്കിറങ്ങി ലൗബേർഡ്സിന്റെ അടുത്തേക്ക് നടന്നു.

കുറച്ചുസമയത്തിന് ശേഷം അമ്മച്ചി കണ്ണുതുടച്ച് എഴുന്നേറ്റു. മഴയില്ലാത്ത മഴക്കാല പകൽ പോലെ ആ മുഖത്ത് ഞൊടിയിടയിൽ വെളിച്ചം പരന്നു; ശാന്തത പറ്റിക്കിടന്നു.

“നല്ല തീരുമാനമാണ് മോളെ... ആരെ കാത്താണ് നീ ജീവിക്കുന്നേ... ചെറുപ്പമാണ്...ഒരു കൊച്ചുണ്ടായിരുന്നെങ്കിൽ നീ ഇനി വിവാഹം കഴിക്കണമെന്ന് ഞാൻ പറയില്ലായിരുന്നു. പക്ഷേ...” അമ്മച്ചിയുടെ വാക്കുകൾ പാതിയിൽ മുറിഞ്ഞു. ചട്ടയുടെ അടിയല്പം ഉയർത്തിപ്പിടിച്ചവർ മുഖം തുടച്ചു.

മരിയയോട് വിവാഹം കഴിക്കണമെന്ന് പറയാൻ അമ്മച്ചി പലവട്ടം ഒരുങ്ങിയതാണ്. പക്ഷേ, അതിന് കഴിഞ്ഞില്ല. പറയാൻ ഊക്കിയപ്പോഴെല്ലാം ആരോ തടയുന്നതുപോലെ.. അവൾ കൂടി പോയാൽ എനിക്ക് ശേഷം ആബമോന് ആരുണ്ടാകുമെന്ന ആകുലത. വേണമെങ്കിൽ സ്വാർത്ഥത എന്നു വിളിക്കാം. ഒരു മനുഷ്യനല്ലാതിരിക്കാൻ അമ്മച്ചിക്കും കഴിയില്ല..

യുവത്വത്തിൽ വിധവയായ പെണ്ണിനോട് സമൂഹം കാണിക്കുന്ന സഹതാപം ഭയാനകമാണെന്ന് അമ്മച്ചിക്ക് അറിയാം. അപ്പച്ചൻ മരിക്കുമ്പോൾ അമ്മച്ചിക്ക് 30 വയസ്സേ പ്രായമുണ്ടായിരുന്നുള്ളൂ. ആബ മോന്റെ പപ്പയ്ക്ക് അന്ന് ഏഴ് വയസ്സ് പ്രായം. അവന്റെ പാപ്പന് നാലും. രണ്ട് ആൺ പിള്ളേരല്ലേ എന്നുകരുതിയാണ് വിവാഹം പോലും വേണ്ടെന്ന് വെച്ചത്. പക്ഷേ, പിന്നീട് അമ്മച്ചിക്ക് തോന്നിയിട്ടുണ്ട്. ഒരു കൂട്ട് വേണ

മെന്ന്. ചെറുപ്പക്കാരി വിധവകളോടുള്ള പേപിടിച്ച ആൺനോട്ടം! അവർക്ക് ഓർക്കാൻ കൂടി വയ്യ. ഉറക്കമില്ലാത്ത രാത്രികൾ... പൊള്ളിക്കുന്ന പകൽ നോട്ടങ്ങൾ... സഹതാപങ്ങൾ... എന്തെല്ലാം സഹിക്കണം... വൃത്തിയിൽ അണിഞ്ഞൊരുങ്ങി പോയാൽ അവൾ അഴിഞ്ഞാട്ടക്കാരി. ഏതെങ്കിലും പുരുഷനോട് ചിരിച്ചുപോയാൽ അതിന് വ്യംഗ്യാർത്ഥം...

അമ്മച്ചി മരിയയെ കെട്ടിപ്പിടിച്ചു. രണ്ടുപേരും വിതുമ്പി. കരച്ചിലിന്റെ ചെറുചീളുകൾ കേട്ട് ആബമോനും ഓടിയെത്തി അവരെ ഇരുവരെയും കെട്ടിപ്പിടിച്ചു.

മരിയ പോയശേഷം വിദൂരതയിലേക്ക് കണ്ണുനട്ട് അമ്മച്ചി ഉമ്മറത്തെ ചാരുകസേരയിൽ ഇരുന്നു. ആബമോൻ തിണ്ണയിൽ കിടന്നു. മമ്മയ്ക്കും പപ്പയ്ക്കും തോന്നാത്ത ദയ മരിയാന്റി എന്തിന് എന്നോട് കാണിക്കണ മെന്ന ചോദ്യത്തിന് ഉത്തരംതേടുകയായിരുന്നു അവൻ. തന്റെ ഒരു ചിറക് കൂടി മുറിക്കാൻപോകുകയാണെന്ന് അവനറിയാം. ഇനി അമ്മച്ചിയും ഞാനും മാത്രം! പ്രമേഹരോഗിയായ അമ്മച്ചിക്ക് അസുഖം വന്നാൽ ആശുപത്രിയിൽ ആര് കൂട്ടിരിക്കുമെന്നതാണ് അവനെ കൂടുതൽ വേവ ലാതിപ്പെടുത്തിയത്. ഇനി സുഖവിവരങ്ങൾ അന്വേഷിക്കാൻ ആരും വരാ നില്ല. അവന് കരച്ചിൽവന്നു. ശൂന്യമായ നോട്ടത്തിലേക്ക് ഇരുട്ട് കനപ്പടി യോടെ കയറിവന്നത് അവർ അറിഞ്ഞില്ല.

ഒരിക്കൽ മരുമകളായി കയറിവന്ന പൊന്നുമോൾ മറ്റൊരാളുടെ പുതു ക്കപ്പെണ്ണായി നില്ക്കുന്നതുകാണാനുള്ള ചങ്കുറപ്പ് അമ്മച്ചിക്ക് ഇല്ലായി രുന്നു. മരിയാന്റി കൊടുത്തുവിട്ട പുതിയ ഷർട്ടും പാന്റും ധരിച്ച് ആബ മോൻ വിവാഹത്തിന് പോകാൻ ഒരുങ്ങി. അവ ധരിക്കാൻ അവന് ഇഷ്ട മുണ്ടായിരുന്നില്ല. മരിയാന്റിക്ക് വിഷമമാകും എന്ന് പറഞ്ഞ് അമ്മച്ചി നിർബ്ബന്ധം പിടിച്ചതുകൊണ്ടുമാത്രം. അമ്മച്ചി അവന്റെ മുടി ചീകിയൊ തുക്കികൊടുത്തു. മുഖത്ത് പൗഡറിടുമ്പോൾ നനവ് അരിച്ചിറങ്ങുന്നത് കണ്ട് അമ്മച്ചിയുടെ ചങ്ക് പിടഞ്ഞു. അമ്മച്ചി ഇപ്പം കരയുമെന്നായതോടെ അവൻ അകത്തേക്കുപോയി കണ്ണുതുടച്ചു. ആബമോൻ കോണിപ്പടി ഇറ ങ്ങിപ്പോകുന്നത് അമ്മച്ചി നോക്കിനിന്നു.

പള്ളിയിൽ മരിയാന്റിയുടെ ചെറുക്കനെ കണ്ടപ്പോൾ ആബമോന് നെഞ്ചുപൊടിഞ്ഞു. വെള്ളവേഷത്തിൽ മലാഖയെപോലെ മരിയാന്റി! ആബമോൻ ആൾക്കൂട്ടത്തിൽനിന്നും മാറിനില്ക്കുന്നത് മരിയ കണ്ടു. അവൾ അവനടുത്തേക്ക് ഓടിച്ചെന്ന് കൈ പിടിച്ച് ഭർത്താവിനടുത്തേക്ക് കൂട്ടിക്കൊണ്ടുവന്ന് പരിചയപ്പെടുത്തി. അദ്ദേഹം ചേർത്തുപിടിച്ചു തല യിൽ തലോടിയപ്പോൾ ഒരു നിമിഷം പാപ്പന്റെ വിരലുകളാണോയെന്നു പോലും തോന്നി അവന്.

അന്നുരാത്രി മരിയാന്റിക്ക് ഗുഡ്നൈറ്റ് അയച്ച് ആബമോൻ അമ്മ ച്ചിയുടെ അടുത്ത് ഉറങ്ങാൻ കിടന്നു. മരിയാന്റിയുടെ പുതിയ ചെറുക്ക നായിരുന്നു അവന്റെ മനസ്സിൽ. അയാളെക്കുറിച്ച് ആബമോൻ നല്ലതു മാത്രം പറഞ്ഞുകൊണ്ടിരുന്നു. ''എന്തായാലും ന്റെ പാപ്പന്റെയത്രയും

കൊള്ളില്ല.” അതുകേട്ട് മൂളിക്കൊണ്ടിരുന്ന അമ്മച്ചി പൊട്ടിക്കരഞ്ഞു. ഉള്ളിലെ അലകടൽ ആർത്തലച്ചു കയറിവരുന്നതുപോലെ; അമ്മച്ചി ആബമോനെ കെട്ടിപിടിച്ചു.

പിറ്റേദിവസം രാവിലെ ഇന്നലെ വളരെ തിരക്കിലായിപ്പോയി എന്ന ക്ഷമാപണത്തോടെ മരിയയുടെ വിളിയെത്തി. ആബമോൻ ഹലോ സുഖമല്ലേയെന്ന് പറഞ്ഞ് ഫോൺ അമ്മച്ചിക്ക് കൊടുത്തു. അവന് അവളോട് സംസാരിക്കാൻ കഴിഞ്ഞില്ല. എന്തുചോദിക്കണം, പറയണം എന്നവൻ ശങ്കിച്ചു. മരിയ എത്ര ദൂരെയായാലും വളരെ അടുത്തുനിന്നു സംസാരിക്കുന്നതുപോലെയാണ് അമ്മച്ചിക്ക് തോന്നാറ്. പക്ഷേ, ഇപ്പോൾ എത്രയോ അകലെയാണെന്ന് തോന്നിയ നിമിഷം അമ്മച്ചി വിറയാർന്നു. ‘‘മോൾക്ക് സുഖമല്ലേ. അവനില്ലേ അവിടെ” – എന്നു ചോദിച്ചു തീർക്കാൻപോലും നാവ് വഴങ്ങിയില്ല. അമ്മച്ചി ഫോണിന്റെ എൻഡ് ബട്ടണിൽ ശക്തിയായി അമർത്തി...

അന്നുവൈകിട്ട് അപ്രതീക്ഷിതമായി മരിയയും ഭർത്താവും വീട്ടിലെത്തിയത് അമ്മച്ചിയെയും ആബമോനെയും അമ്പരപ്പെടുത്തി. മരിയയുടെ മുഖത്തവർ പണ്ടത്തെ തിളക്കം കണ്ടു. വീണ്ടും ഉത്സാഹം. അമ്മച്ചിക്ക് സന്തോഷമായി. ആബമോൻ മരിയയുടെ ഭർത്താവിനെ പാപ്പന്റെ ലൈബ്രറിയും മുറിയും കാണിച്ചുകൊടുത്തു. ഒരുനിമിഷം അവൻ അയാളെ പാപ്പായെന്നുവിളിച്ചുപോയി. അയാൾ ചുമലിൽ പിടിച്ച് ഞാൻ നിന്റെ പാപ്പൻ തന്നെയെന്നും ഇനി അങ്ങനെ വിളിച്ചോളൂയെന്നും പറഞ്ഞപ്പോൾ ആബമോൻ തുളുമ്പിപ്പോയി. വൈകിട്ട് അയാൾ ആബമോനെ അവന്റെ പപ്പയുടെ ബൈക്കിൽ ഇരുത്തി നാട് ചുറ്റാനിറങ്ങി. കൈകൾ രണ്ടും ഇരുഭാഗത്തേക്ക് നീട്ടിവെച്ച് അവൻ ആഹ്ലാദിച്ചു. കടന്നുപോയ മനോഹാരിതകൾ കാറ്റായി അവന്റെ മുടിയിൽ തഴുകി.

മരിയയും ഭർത്താവും അന്നുരാത്രി അവിടെ കഴിയുമെന്ന് അമ്മച്ചി കരുതിയതല്ല. സന്തോഷത്തോടെ അമ്മച്ചി മരിയയ്ക്ക് ഇഷ്ടപ്പെട്ട വിഭവങ്ങൾ ഒരുക്കി. ഭക്ഷണംകഴിച്ച് മരിയ ഭർത്താവുമായി പാപ്പന്റെ മുറിയിൽ കയറി വാതിലടച്ചു. അതുകണ്ട് ആബമോന്റെ നെഞ്ചുപിടച്ചു. അവൻ അമ്മച്ചിയെ നോക്കി. അമ്മച്ചി തലതാഴ്ത്തി അടുക്കളയിലേക്ക് പോയി. അന്ന് അമ്മച്ചിക്ക് ഉറക്കംവന്നില്ല. തന്റെ മകൻ മരിയയോട് ഒത്തുകഴിഞ്ഞ മുറിയിൽ ഒരു അന്യപുരുഷനുമായി അവൾ. എത്ര ന്യായീകരിക്കാൻ ശ്രമിച്ചിട്ടും അമ്മച്ചിക്ക് ആശ്വാസമായില്ല. പിറ്റേദിവസം കൊച്ചുവെളുപ്പാൻ കാലത്ത് മരിയയും ഭർത്താവും തിരിച്ചുപോയ ശേഷം അമ്മച്ചി ഭിത്തിയിൽ തൂക്കിയ രണ്ടുമക്കളുടെയും ഫോട്ടോയിൽ മെഴുകുതിരികത്തിച്ചു മനസ്സ് നമിച്ച് നെഞ്ചിൽ കുരിശുവരച്ചു. മെഴുകുതിരിക്കൊപ്പം അമ്മച്ചിയുടെ കണ്ണിൽനിന്നും ഊക്കോടെ തറയിൽ വീണ് ചിതറുന്നത് ആ കണ്ണുകൾ തന്നെയാണെന്ന് ആബമോന് തോന്നി. അവൾ വന്നല്ലോ? ഇവിടെ താമസിച്ചല്ലോയെന്ന് ആശ്വസിച്ച് അമ്മച്ചി പതിവു ജോലികളിൽ മുഴുകി.

അന്നുരാത്രി മരിയയുടെ വിളിവരുമെന്ന് പ്രതീക്ഷിച്ച് അമ്മച്ചിയും

ആബമോനും ഫോൺ കൈയിൽപിടിച്ചിരുന്നു. സമയം 11 കഴിഞ്ഞിട്ടും ഒരു മെസേജ് പോലുമുണ്ടായില്ല. പിന്നീടുള്ള നാളുകളിലും അവർ കാത്തിരുന്നു. ഒരു വിളിയോ മെസേജോ ഉണ്ടായില്ല. തുടരെ വിളിച്ച് മറുതലയ്ക്ക് മറുപടിയില്ലാതെ ഫോൺ കട്ടാകുന്നത് പതിവായി. വാട്സ് ആപ്പിൽ മെസേജ് അയച്ചു. മറുപടിയുണ്ടായില്ല. വ്യർത്ഥതയിൽ ദൈർഘ്യമേറിയ നിമിഷങ്ങളായിരുന്നു കടന്നുപോയിക്കൊണ്ടിരുന്നത്. രണ്ടാഴ്ചയായി മരിയാന്റി താൻ അയക്കുന്ന വാട്സ് ആപ്പ് മെസേജ് വായിക്കുന്നുണ്ടെന്ന് ബ്ലൂ ടിക്ക് കാണുമ്പോൾ ആബമോന് മനസ്സിലായിരുന്നു. അതുപറഞ്ഞ് അമ്മച്ചിയെ കൂടുതൽ വിഷമിപ്പിക്കേണ്ട എന്ന് കരുതിയവൻ വേദനയും നിരാശയും സ്വയം എരിച്ചടക്കി.

കൊച്ചുവെളുപ്പാൻ കാലത്ത് എഴുന്നേറ്റ് അമ്മച്ചി അവനെയും കൂട്ടി ലൗബേർഡ്സിന്റെ കൂടിനടുത്തേക്ക് പോയി. കുറെ നേരം അവയെ നോക്കിനിന്നശേഷം അമ്മച്ചി ആബമോനെ നോക്കി. അവൻ കൂടിന്റെ വാതിലുകൾ തുറന്നിട്ടു. അപ്പോഴവന് വിറയ്ക്കുന്നുണ്ടായിരുന്നു. ഒരു നിമിഷം പകച്ച് നിന്ന് പക്ഷികൾ ആബമോനെയും അമ്മച്ചിയെയും മാറി മാറിനോക്കി വാതിലിലൂടെ പുറത്തേക്ക് ചിറകടിച്ചു. പോയവരാരും തിരിച്ചുവന്നിട്ടില്ലെന്ന് അറിഞ്ഞിട്ടും ആകാശത്ത് വർണ്ണച്ചിറകുകൾ വീശി പക്ഷികൾ പാറിപ്പറക്കുന്നത് അമ്മച്ചിയും ആബമോനും സന്തോഷത്തോടെ നോക്കിനിന്നു.

ഒറ്റമരങ്ങൾ

അവന്റെ സൗഹൃദങ്ങൾക്കിടയിൽ വക്കുപൊട്ടിയ കുപ്പി ഗ്ലാസ് പോലെ താൻ മാറ്റിനിർത്തപ്പെട്ടത് എന്നുമുതലാണെന്ന് വിവേക് ഓർത്തെടുക്കാൻ ശ്രമിച്ചു. ഈ യാത്ര ഒരു പ്രായശ്ചിത്തമായിരിക്കില്ല; നെഞ്ചിൽ കുറ്റബോധത്തിന്റെ ടവറുകൾ എഴുന്നുനില്ക്കുന്നു. നാട് പിന്നിട്ട് ചിന്തകൾക്കൊപ്പം ട്രെയിൻ കുതിച്ചുപാഞ്ഞു. തെങ്ങുകളുടെ തലയാട്ടം മാഞ്ഞത് അറിഞ്ഞതേയില്ല. നെഞ്ചിൽ നോവിന്റെ അലകടൽ.

വിളിയെത്താത്തവിധം തങ്ങൾ അകന്നിരിക്കയാണെന്ന് ഫോണിൽ അവന്റെ നമ്പർ പരതിയപ്പോൾ വിവേകിന് ബോദ്ധ്യമായിരുന്നു. വിളിക്കേണ്ട സമയം കഴിഞ്ഞു. ഇനി വിളിച്ചിട്ട് എന്തുപറയും. സംസാരിച്ചില്ലെങ്കിലും കുറച്ചുനേരം മുഖത്തോട് മുഖം നോക്കിയിരിക്കണം. അവൻ ചെയ്ത തെറ്റ് എത്ര നിസ്സാരമാണ്. തന്റെ മൗനമല്ലേ കൊടുംവില്ലൻ?

കളിക്കൂട്ടുകാർ മാത്രമായിരുന്നില്ല അവർ. ഒരേ ക്ലാസിൽ പഠിച്ച് തോളോട് തോളായി നടന്ന ബാല്യവും കൗമാരവും. മിടുക്കന്മാർ എന്ന് നാട് അച്ചുകുത്തിയ കുട്ടികൾ. അന്നാട്ടിൽ ക്രിക്കറ്റിന്റെ ആദ്യകുറ്റി കുത്തിയത് അവരായിരുന്നു. ഗോട്ടികളിയും ഫുട്ബോളുമായി കൂട്ടുകാർ ചെളിയിൽ കുഴഞ്ഞുമറിഞ്ഞ കാലം. സച്ചിനും ഗാംഗുലിയുമായി അവർ ഗ്രൗണ്ടിൽ അവതരിച്ചു. സച്ചിൻ ഫാനായ രഞ്ചുവും ഗാംഗുലി ഫാനായ വിവേകും ക്രിക്കറ്റിന്റെ ബാലപാഠങ്ങൾ ആ ചരൽനിറഞ്ഞ മൈതാനത്തെ പഠിപ്പിച്ചു. പ്രീഡിഗ്രി വരെ ഒന്നിച്ചായിരുന്നു നടപ്പും പഠിപ്പും. വിവേകിന്റെ അച്ഛന് അവനേക്കാൾ പ്രിയം പഠനത്തിൽ മിടുക്കനായ രഞ്ചുവിനോടായിരുന്നു. കേന്ദ്ര സർവ്വീസിൽ ജോലി ചെയ്യാനായി മുംബൈയിലേക്ക് രഞ്ചു വണ്ടികയറിയ ദിവസം വിവേകിന്റെ അച്ഛൻ നിശ്ശബ്ദതയുടെ മുൾക്കമ്പിതീർത്ത് ചാരുകസേരയിലിരിപ്പായിരുന്നു.

ആദ്യമാദ്യം കൃത്യമായ ഇടവേളകളിൽ രഞ്ചുവിന്റെ എഴുത്തെത്തി. പിന്നീട് മൊബൈൽ ഫോൺ ജീവിതത്തിന്റെ നിയന്ത്രണം ഏറ്റെടുത്ത പ്പോൾ വിളിയായി. രഞ്ചു നാട്ടിൽ വന്നാൽ അവർ ഒത്തുകൂടി. മഹാനഗ രവും അവിടുത്തെ മോഹിപ്പിക്കുന്ന ജീവിതവും രഞ്ചു അവന് മുന്നിൽ വരച്ചിട്ടു. പക്ഷേ, ക്രമേണ രഞ്ചുവിന്റെ ഓരോ വരവും വിവേകിന് ഓരോ ഷോക്ക്ട്രീറ്റ്മെന്റ് ആയി. അവന്റെ സൗഹൃദത്തിൽ സാന്ദർഭികമായി താൻ ഒരു അധികപ്പറ്റാകുന്നോയെന്നുപോലും വിവേകിന് തോന്നിത്തുടങ്ങി. തന്റെ പരിഭവം അവൻ രഞ്ചുവുമായി പങ്കുവെച്ചില്ല. കോംപ്ലക്സ്, ഈഗോ എന്നീ വാക്കുകൾ പട്ടുകുപ്പായമിട്ട് അവന്റെ വായിൽനിന്ന് തനിക്ക് നേ രെ തീതുപ്പുമോയെന്ന് വിവേക് ഭയപ്പെട്ടു.

കൊങ്കണിലെ നിഴലും നിലാവും കലർന്ന കുലുക്കവും പിന്നിട്ട് ട്രെയിൻ കുതിച്ചു. നാടിനെ മുഴുവൻ വിഴുങ്ങി ചിരിക്കാൻ ശ്രമിക്കുന്ന നഗരരാത്രിക്കാഴ്ചകളിലൂടെ കമ്പാർട്ട്മെന്റിന് പുറത്തെ ലോകം ഓടി ക്കൊണ്ടിരുന്നു. വിവേകിനെ കൂടാതെ ഒരു സ്ത്രീയും മറ്റ് നാല് മദ്ധ്യവ യസ്കരുമാണ് ആ സെക്കൻഡ് ക്ലാസ് കമ്പാർട്ട്മെന്റിൽ ഉണ്ടായിരുന്നത്. രണ്ടുപേർ മൊബൈലിൽ സംസാരിച്ച് ബർത്തിൽ കിടപ്പാണ്. നാല്പതി നോടടുത്ത സ്ത്രീ ജനൽ അഴിയിൽ തലചായ്ച്ച് ഫേസ്ബുക്കിൽ ചാറ്റി ങ്ങിലാണ്. നഷ്ടപ്രണയം വീണ്ടെടുത്ത കൺമുനയിൽ മാർക്ക് സുക്കർ ബർഗിനോടുള്ള കടപ്പാട്. സ്ഫടികം പോലെ തോന്നിക്കുന്ന കണ്ണടയിട്ട് മൊട്ടത്തലയനായ മീശക്കാരൻ വായനയിലാണ്. ട്രെയിൻ യാത്രയ്ക്കി ടയിലെ വായനയിൽ മറിഞ്ഞുവീഴുന്ന താളുകൾക്കൊപ്പം ദൂരത്തിന്റെ കനവും കുറയുന്നതിന്റെ ആശ്വാസം അയാളുടെ മുഖത്ത്. വായനക്കി ടെ അയാൾ മീശയുടെ തുമ്പിൽ തടവിക്കൊണ്ടിരുന്നു. ഊരും പേരും അറിയില്ലെങ്കിലും സഹയാത്രികരെല്ലാം പക്വതയും മാന്യതയും ഉള്ളവർ. ജനലിലൂടെ നല്ല തണുത്ത കാറ്റ് അകത്തേക്ക് അടിച്ചുകയറാൻ തുടങ്ങി. സഹയാത്രികരിൽ ആരോ വന്ന് അവന്റെ മുന്നിലെ ജനൽച്ചില്ലിന് താഴി ട്ടു. നല്ല ക്ഷീണം. കണ്ണുകളിൽ ഇരുട്ട് കനംവെച്ചു. വിജനമായ റോഡി ലൂടെ കുതിച്ചുപാഞ്ഞുവന്ന കാർ ഒരു മോട്ടോർ സൈക്കിൾ ഇടിച്ച് തെ റിപ്പിക്കുന്നു. ബൈക്ക് യാത്രികൻ ദൂരേക്ക് തെറിച്ചുവീഴുന്നു. കാർ നിർ ത്താതെ പോകുന്നു. റോഡിൽ തളം കെട്ടിനില്ക്കുന്ന ചോര. – “അമ്മേ...” വിവേകിന്റെ ചങ്കിൽനിന്നും കതിനവെടിയായി പുറത്തുവന്ന ശബ്ദം ക മ്പാർട്ട്മെന്റിനെ പിടിച്ചുകുലുക്കി. എന്താണ് സംഭവിച്ചതെന്നറിയാതെ സഹയാത്രികർ ഞെട്ടി എഴുന്നേറ്റു. ലൈറ്റ് പടർന്നു. “വാട്ട് ഹാപ്പൻഡ് മാൻ”– മീശക്കാരനായ സഹയാത്രികൻ വിവേകിന്റെ തോളിൽ കൈ വെച്ച് ചോദിച്ചു. “ഒന്നുമില്ല. ഒരു സ്വപ്നം....'' അജ്ഞാതമായ ഏതോ ഭാഷ കേട്ടപോലെ തോളിൽനിന്ന് കൈവെട്ടിച്ചുമാറ്റി അയാൾ തിരിച്ചു പോയി... വീണ്ടും കണ്ണുകളിൽ ഇരുൾ മൂടി.

അതിരാവിലെ ടോയ്‌ലറ്റിന് മുന്നിൽ കലപില ശബ്ദം. ചൂളംവിളിച്ച് നാടും നഗരവും ഉണർത്തി ട്രെയിൻ കുതിച്ചുപാഞ്ഞുകൊണ്ടിരുന്നു.

ജനൽചില്ലിലൂടെ സ്വർണ്ണംപൂശിയ കുന്തമുനകളായി സൂര്യൻ അകത്തേക്ക് എത്തിനോക്കി. പുറത്ത് നോക്കെത്താ ദൂരത്തോളം പടർന്നു കിടക്കുന്ന വയൽ. അതിനോട്ചേർന്ന് കണ്ണുരുട്ടി മീശപിരിച്ചുവെച്ച പോലെ ഭയപ്പെടുത്തുന്ന മൊട്ടക്കുന്നുകൾ. മലയാളികളുടെ മടിയുടെ, കലവറയിലേക്കാണ് ഈ വിളവ് മുഴുവൻ ചെന്നെത്തുന്നതെന്ന് ട്രെയിൽ കൂകിവിളിച്ച് ഓർമ്മപ്പെടുത്തിക്കൊണ്ടിരുന്നു. നാട്ടിലിന്ന് എവിടെയാണ് കൃഷി. ജെ സി ബിയുടെ ബലാത്സംഗത്തിന് ഇരയാകാത്ത ഒറ്റക്കുന്നുപോലുമില്ല. പാടങ്ങൾ മണ്ണിട്ട് നികത്തി ഫ്ളാറ്റുകളും മാളുകളുമായി ന്യൂജനറേഷൻ കൃഷിയിറക്കി.

വിവേകിന് തന്നോടുതന്നെ ദേഷ്യവും പുച്ഛവും തോന്നി. ഒരേക്കറോളം വരുന്ന പറമ്പുണ്ടെന്ന് പറഞ്ഞിട്ടെന്താ അച്ഛൻ മരിച്ചതിൽ പിന്നെ മണ്ണിൽ തൂമ്പകൊണ്ട് തൊട്ടിട്ടില്ല. ഒരു വാഴക്കന്ന് പോലും മാറ്റി കുഴിച്ചിട്ടിട്ടില്ല. താല്പര്യമില്ലാഞ്ഞിട്ടല്ല. അച്ഛന്റെ മരണം തീർത്ത ശൂന്യതയും ആഘാതവുമായിരുന്നു അവന്റെ മനസ്സിൽ കമ്യൂണിസ്റ്റ് പച്ചപോലെ തഴച്ചുവളർന്നിരുന്നത്. അച്ഛനുള്ളപ്പോൾ രഞ്ചുവുമൊത്ത് പറമ്പിൽ മണ്ണ് കുനുകുനെ കൂട്ടിയിട്ട് കപ്പത്തണ്ട് വെച്ചതും മഞ്ഞളും ഇഞ്ചിയും കൃഷി ചെയ്തതും ചീരയും പയറും വിളവെടുത്തതും വെള്ളരി വിഷുകണിയൊരുക്കാനായി അയൽക്കാർക്ക് കൊടുത്തതുമായ ഓർമ്മയുടെ നനവ് അവനിൽ കിനിഞ്ഞു. അച്ഛൻ മരിച്ചപ്പോൾ ഇതുവരെ കാണാത്തവരും ദൂരത്തുള്ളവരുമായി പലരും വിളിച്ചു. പക്ഷേ....

“വിളിച്ചിട്ട് എന്തു പറയാനാ എന്നാലോചിച്ചാണ് ഏട്ടൻ വിളിക്കാത്തത്'' അവനെക്കുറിച്ച് ചോദിച്ചപ്പോൾ വിവേകിന് രഞ്ചുവിന്റെ അനിയത്തി നീരുവിൽനിന്ന് കിട്ടിയ ഉത്തരം. മഴയുടെ ആദ്യനനവ് മണ്ണിൽ കുടിക്കുന്നത് പോലെ ആ ഉത്തരം അവനിൽ തീർത്ത ഈർപ്പം നൈമിഷികമായിരുന്നു. അച്ഛന്റെ വേർപാട് തീർത്ത വരൾച്ചയ്ക്ക് ആശ്വാസം പകരാൻ അവൻ കൊതിച്ചത് ഒരു തുലാവർഷമായിരുന്നു.

അച്ഛന്റെ മരണം; വിവേക് ആദ്യമായി അടുത്തനുഭവിച്ച മരണമായിരുന്നല്ലോ അത്! അവൻ ബന്ധുക്കളുടെയും സുഹൃത്തുകളുടെയും മരണവീടുകളിൽപോയിട്ടുണ്ട്. അവിടങ്ങളിൽ തീർത്തും അന്യനെപ്പോലെ നിന്നു. മരിച്ചത് തന്റെ ആരുമല്ലോല്ലോയെന്ന ധാരണയിൽ, തന്റെ പ്രിയപ്പെട്ടവർ ഉടനൊന്നും മരിക്കില്ലെന്ന ഉറപ്പിൽ, മരിക്കേണ്ടവർ മരിച്ചുവെന്ന ഉപരിപ്ലവമായ കാഴ്ചയിൽ...

ശരിക്കും മരണത്തെ അന്നായിരുന്നു അവൻ അത്രയ്ക്കും അടുത്തുനിന്ന് കണ്ടത്. വെള്ളപുതച്ച് അനക്കമില്ലാത്ത അച്ഛൻ. ചന്ദനത്തിരികളുടെ ഗന്ധം. അച്ഛനെ അറിയുന്ന, തനിക്ക് അറിയുന്നവരും അറിയാത്തവരുമായ ആളുകളുടെ ദുഃഖം ഘനീഭവിച്ച മുഖം. തിക്കുംതിരക്കും. അമ്മയുടെ നെഞ്ചുപിളരുന്ന കരച്ചിൽ. എന്തിനെന്നറിയാത്ത പേടി. ആ ആൾക്കൂട്ടത്തിലും അനാഥനാണെന്ന തോന്നൽ. രാമച്ചത്തിന്റെയും പച്ചമരത്തിന്റെയും മാംസത്തിന്റെയും മണംനിറച്ച് ആകാശത്തേക്ക്

ബലൂണുകളായി ഉയർന്നുപോകുന്ന ധൂമപടലങ്ങൾ... അച്ഛരൻ ആരായിരുന്നുവെന്ന് ആ നെഞ്ചിന് തീപിടിപ്പിച്ചതിന് ശേഷമാണ് വിവേക് അറിഞ്ഞുതുടങ്ങിയത്. പിന്നീട് ഇരുട്ടായിരുന്നു. ആ ഇരുട്ടിൽ അവൻ അമ്മയെ കണ്ടില്ല. ശ്വേതയെ കണ്ടില്ല. ആരെയും കണ്ടില്ല. വേരുകൾ അറുത്തുമാറ്റിയ നക്ഷത്രത്തെപ്പോലെ ഏകാന്തതയിലേക്ക് നോക്കി യാചിക്കുന്ന ഒറ്റമരമായി നിന്നു. അമ്മയുടെ കണ്ണീരിന്റെ ഉപ്പും ശ്വേതയുടെ ഇടറുന്ന കാൽവെപ്പുകളും അവൻ അറിഞ്ഞില്ല. ഇപ്പോൾ ഈ യാത്രയിൽ അച്ഛരൻ വെളിച്ചമാകുമെന്ന വിശ്വാസം അവനിൽ നുറുങ്ങുവെട്ടം തീർക്കുന്നു. പക്ഷേ, അച്ഛരനെ ഇനി ഒരിക്കലും കാണാൻ കഴിയില്ലെന്ന വേദന ഉള്ളിലെവിടെയോ വന്നു കൊളുത്തിവലിച്ചു.

അച്ഛരന്റെ വേർപാടിന് ശേഷം രണ്ടാഴ്ചകഴിഞ്ഞ് ഒരു രാത്രി വിവേക് ജോലി കഴിഞ്ഞുമടങ്ങവെ ഇരുട്ടിൽ റോഡരുകിൽ നിർത്തിയിട്ട കാറിന് സമീപമാണ് രഞ്ചു പ്രത്യക്ഷനായത്. കൂടെ അപരിചിതരായ മൂന്ന് പേരും. ''നാളെ കാണാം. ഞാൻ ഇവിടെത്തന്നെയുണ്ട്'' എന്നു പറഞ്ഞ് രഞ്ചു തന്നെ ഒഴിവാക്കുന്നതായി വിവേകിന് തോന്നി. അച്ഛരനെക്കുറിച്ചോ ആ മരണം തീർത്ത ശൂന്യതയിൽ കഴിയുന്ന അമ്മയെക്കുറിച്ചോ പെങ്ങളെക്കുറിച്ചോ ഒന്നും അവൻ ചോദിച്ചില്ല. വിവേകിന്റെ മനസ്സ് പൈലിങ് മിഷ്യൻ കൊണ്ടിടിച്ചതുപോലെ പ്രകമ്പനം കൊണ്ടു. അവൻ നീണ്ടുകിടക്കുന്ന നിഴലിനൊപ്പം നടത്തത്തിന്റെ വേഗത കൂട്ടി.

വീട്ടിലെത്തിയപ്പോൾ വേദന തിങ്ങുന്ന മുഖവുമായിരിക്കുന്ന അമ്മയും എൺപതുകഴിഞ്ഞ അച്ഛരമ്മയും. കുറച്ചായി ഈ കാഴ്ച പതിവാണെങ്കിലും അന്ന് മറ്റെന്തോ ആണെന്ന് അവൻ ഊഹിച്ചു. ''വന്നില്ലേടാ അവൻ. നിന്നെപ്പോലെ ആയിരുന്നില്ലേ... എന്റെ മോന്...'' കനംവെച്ച കണ്ണുനീർത്തുള്ളിക്കൊപ്പം അച്ഛരമ്മയുടെ വാക്കുകൾ ഇരുട്ടിലെവിടെയോ മുറിഞ്ഞുവീണു. ശ്വേത പറഞ്ഞു- ''രഞ്ചുവേട്ടൻ വീടിന് മുന്നിലൂടെ ബൈക്കിൽപോയി. ഇവിടേക്ക്...'' അവൾ മുഖം താഴ്ത്തി. ആ രാത്രി ഇപ്പോഴും കരിംപൂച്ചയെപോലെ പുറത്തുചാടുന്നു. അന്ന് രാത്രി ഉറങ്ങാൻകിടന്ന ശ്വേത ഒരു തെളിവും ബാക്കിവെക്കാതെ എവിടേക്കാണ് ഇറങ്ങിപ്പോയത്? ആ ഉത്തരം തേടിയുള്ള വിവേകിന്റെ യാത്രയെല്ലാം ഭ്രാന്തമായ അലർച്ചയോടെ പാതിവഴിയിൽ നിലച്ചു. കുളത്തിലും പുഴയിലും ചത്തുപൊങ്ങുന്ന പെൺദേഹങ്ങൾ... റെയിൽവേട്രാക്കിലും കുറ്റിക്കാട്ടിലും പിച്ചിച്ചീന്തിയെറിഞ്ഞ പെൺഉടലുകൾ എല്ലാത്തിലും അവൻ ചങ്കിടിപ്പോടെ നോക്കി. മോർച്ചറികളിൽ ഉപേക്ഷിക്കപ്പെട്ട, ഉറുമ്പരിച്ച മൃതദേഹങ്ങളിലും അവൻ പെങ്ങളെ തിരഞ്ഞു.

നേരം ഉച്ചയോട് അടുത്തു. മഹാനഗരത്തിന്റെ പുകക്കുഴലുകളിലേക്ക് ട്രെയിൻ ഓടിയടുക്കാൻ തുടങ്ങി. കമ്പാർട്ട്മെന്റിൽ എല്ലാവരും അടുത്ത സ്റ്റേഷനിൽ യാത്ര അവസാനിപ്പിക്കാനുള്ള ഒരുക്കത്തിലാണ്. സ്ത്രീയോടൊപ്പം പെട്ടിയും സഞ്ചിയും ബർത്തിൽനിന്നും താഴെയിറങ്ങിക്കഴിഞ്ഞു. കാലിയായ വെള്ളക്കുപ്പി ട്രെയിനിന്റെ വാലുതേടി ജനലഴിയി

ലൂടെ പുറത്തേക്ക് പറന്നു. കഴിഞ്ഞ രാത്രി ഒരുമിച്ചിരുന്ന് സംസാരിക്കുന്നത് കണ്ട മദ്ധ്യവയസ്കർ യാത്ര പറഞ്ഞ് അപരിചിതരെപ്പോലെ മുഖം കനപ്പിച്ചു. അടുത്ത സ്റ്റേഷനിലാണ് ഇറങ്ങേണ്ടതെന്ന ബോദ്ധ്യത്തോടെ വിവേക് മുടി ചീകിയൊതുക്കി.

കിതപ്പോടെയെത്തിയ എഞ്ചിൻ പ്ലാറ്റ്ഫോമിലേക്ക് നോക്കി നെടുവീർപ്പിട്ടു. യാത്രക്കാർ ആലസ്യം മറന്ന് പുറത്തേക്കിറങ്ങി. പ്ലാറ്റ്ഫോമിന്റെ അങ്ങേത്തലയ്ക്ക് സിഗരറ്റ് ആഞ്ഞുവലിച്ചുനില്ക്കുന്ന രഞ്ചുവിന്റെ അച്ഛൻ. പറഞ്ഞിടത്തുതന്നെ വന്നുനില്ക്കുന്നു. അകത്തുള്ള ചൂട് പുകയോടൊപ്പം അയാൾ പുറത്തേക്ക് തള്ളിക്കൊണ്ടിരുന്നു. വിവേകിനെ കണ്ട് കത്തിതീരാത്ത സിഗരറ്റ് കുറ്റി നിലത്തിട്ട് ചെരുപ്പ് കൊണ്ട് ഉരച്ചുകെടുത്തി അച്ഛൻ അവനടുത്തെത്തി.

ആർക്കും മനസ്സ് കൊടുക്കാത്ത നഗരക്കാഴ്ചകൾ. പരസ്പരം മിണ്ടാതെ, കാണാത്തവരുടെ ലോകത്തോട് സംസാരിക്കുന്ന ആൾക്കോലങ്ങൾ. വാതോരാതെ സംസാരിച്ചിരുന്നയാളാണ് തനിക്ക് മുന്നിൽ മൗനിയായി വഴികാട്ടുന്നത്. ഒരു വർഷമായി രഞ്ചുവിനൊപ്പം ഈ നഗരത്തിലാണ്. അച്ഛനും ഇപ്പോൾ ഈ നഗരത്തിന്റെ ഭാഗമായെന്ന് വിവേക് അറിഞ്ഞു. ചുറ്റിലും നോക്കാതെ അയാൾ സ്പീഡോമീറ്റർ പോലെ പ്രവർത്തിച്ചുകൊണ്ടിരുന്നു. ഈ നഗരമാണോ രഞ്ചുവിനും തനിക്കും മുന്നിൽ ഇരുട്ട് വിരിച്ചത്? അഴുക്കുചാലിന് സമീപമുള്ള എച്ചിൽ കൂമ്പാരത്തിൽനിന്ന് പട്ടിക്കുഞ്ഞുങ്ങളോടൊപ്പം കിടന്നുകരയുന്ന മനുഷ്യക്കുഞ്ഞിലേക്ക് അവന്റെ കണ്ണ് എത്തിനോക്കി. ആ കുഞ്ഞിനെയെടുത്ത് സാന്ത്വനിപ്പിക്കണമെന്ന് അവന് തോന്നി. പക്ഷേ, ഇത് നഗരമാണ് എന്ന് പറഞ്ഞുകൊണ്ട് അവന്റെ കാലുകളെ ആരോ പിന്നോട്ട് വലിച്ചുകൊണ്ടിരുന്നു.

മുൻപിൽ നടന്ന അച്ഛൻ കറുപ്പും മഞ്ഞയും കലർന്ന നിറത്തിലുള്ള ടാക്സിയുടെ പിൻസീറ്റിൽ ഇരുപ്പുറപ്പിച്ചു. വിവേക് മുൻസീറ്റിലിരുന്നു. പൊലീസുകാരനെപ്പോലെ ചിരിച്ച് ഡ്രൈവർ ആ തിരക്കുകളിലേക്ക് അവരെ അലിയിച്ചുമുന്നേറി. അഞ്ച് കിലോമീറ്റർ ദൂരമുണ്ടായിട്ടും അവർ ഒന്നും സംസാരിച്ചില്ല. റിയർ മിററിൽ ദൂരേക്ക് കണ്ണുനട്ട് സിഗരറ്റ് ആഞ്ഞുവലിച്ചുകൊണ്ടിരിക്കുന്ന അച്ഛന്റെ മുഖം തെളിഞ്ഞുനിന്നു. അച്ഛനെന്തിനാണ് ഇത്ര ഗൗരവം? നഗരത്തിന്റെ കാഴ്ചകൾ കൗതുകത്തേക്കാൾ ഏറെ വേദനനിറയ്ക്കുന്നതെങ്കിലും രഞ്ചുവുമായി എവിടെ സംസാരിച്ചുതുടങ്ങുമെന്ന ആലോചന അവനെ അസ്വസ്ഥനാക്കി.

ലിഫ്റ്റിൽ കയറി. മൂന്നാംനിലയിലേക്ക് എന്നറിയിച്ച് അച്ഛൻ സ്വിച്ച് അമർത്തി. ബീപ്പ് ശബ്ദം പുറപ്പെടുവിച്ച് ലിഫ്റ്റ് മുകളിലേക്ക് പാഞ്ഞു. അടച്ചിട്ട വാതിൽതുറന്ന് മുറിയിലെ മൂലയിലേക്ക് ബാഗ് വെച്ചിട്ട് അച്ഛൻ പുറത്തേക്ക് പോയി. പരിഭ്രാന്തി മറച്ചുവെച്ച് അവൻ റൂമിലേക്ക് കാലടുപ്പിച്ചു. വലിയ ശബ്ദത്തിൽ പിന്നിൽ ഡോർ വന്നടഞ്ഞു.

തുരുമ്പെടുത്ത് ഉപയോഗശൂന്യമായ വീൽച്ചെയറിൽ അവന്റെ കണ്ണു

ടക്കി. പെരുവിരലിൽനിന്ന് മിന്നൽപ്പിണരുകൾ ശരീരമാകെ പടരുന്നു. വീൽചെയറിന് സമീപത്തുകൂടെ നാലുവയസ്സുള്ള പെൺകുട്ടി ഓടിയടുത്ത് അവന് കുറച്ചകലെയായി നിന്നു. പിന്നാലെ കറുപ്പ് ചുറ്റുംവെച്ച കൺതടങ്ങളുമായി ശ്വേത!. അവർക്ക് മുന്നിൽ മൗനമുറഞ്ഞവഴികൾ എഴുന്നേറ്റ് നിന്നു. അവളുടെ നഗ്നമായ കഴുത്തും കൈത്തണ്ടകളും ചുമപ്പുമാഞ്ഞ നെറ്റിത്തടവും... അഞ്ചുവർഷം മുൻപുള്ള ആ രാത്രി വീണ്ടും കരിംപൂച്ചയെ പോലെ ചാടിവീണു. മൗനമുറഞ്ഞവഴികളെ വിറപ്പിച്ച് ഗർഭപാത്രത്തിന്റെ വെളുപ്പിൽനിന്നും ജീവിതത്തിന്റെ കറുപ്പിലേക്ക് ഊർന്നിറങ്ങുമ്പോൾ കണ്ട അതേ കാഴ്ചകൾ വിവേകിന് മുന്നിൽ തെളിഞ്ഞു. വാതിൽ വലിച്ചുതുറന്നു കൊടുങ്കാറ്റുപോലെ അവൻ പുറത്തേക്കിറങ്ങി. അപ്പോൾ പുറത്ത് കത്തിത്തീരാത്ത സിഗരറ്റ് കുറ്റി നിലത്തിട്ട് ചവിട്ടി അരച്ചു ഇനിയും കണ്ടുപിടിച്ചിട്ടില്ലാത്ത ലോകത്തിലേക്കെന്നപോലെ നോക്കിനില്ക്കുകയായിരുന്നു രഞ്ചുവിന്റെ അച്ഛൻ.

അച്ചുവിന്റെ അമ്മ

കുറച്ചുദിവസങ്ങളായി അമ്മയുടെ കണ്ണുകളിൽ അസാധാരണമായ തിളക്കം. ഇപ്പോൾ സ്കൈപ്പിൽ ഉയരുന്ന അച്ഛന്റെ ചീത്ത വിളികളെ അമ്മയെത്ര സമചിതത്തോടെയാണ് നേരിടുന്നത്. അച്ഛന്റെ ഇടിമുഴക്കമൂറുന്ന വാക്കുകളെ പുഞ്ചിരിച്ച മുഖവുമായി നേരിടുന്ന അമ്മ. പുലർച്ചെ അഞ്ചിന് തുടങ്ങി രാത്രി പത്തുവരെ നീളുന്ന വീട്ടിലെയും ഓഫീസിലെയും ജോലിത്തിരക്കുകൾക്കിടയിൽ അമ്മ ഒരിക്കൽപോലും ചിരിച്ചുകണ്ടിരുന്നില്ല. അസ്വസ്ഥതയുടെ കാർമേഘങ്ങൾ പുതച്ച മുഖത്തിപ്പോൾ പ്രത്യാശയുടെ സൂര്യൻ ഉദിച്ചുയരുന്നതുപോലെ... സന്തോഷിക്കാൻ വകയുണ്ട്. പക്ഷേ, അച്ചുവിന്റെയുള്ളിൽ തീക്കനൽ ഉറഞ്ഞു. വിദ്യാസമ്പന്നയും ഉദ്യോഗസ്ഥയുമായിട്ടും അച്ഛന്റെ ജല്പനങ്ങൾക്കും ചതുരവടികൾക്കും ഇടയിൽ ജീവിതം തള്ളിനീക്കുന്ന അമ്മ.

ഓഫീസ് കഴിഞ്ഞുവന്നാൽ പത്താംക്ലാസുകാരനായ തന്നെയും മൂന്നാം ക്ലാസുകാരനായ അപ്പുവിനെയും പഠിപ്പിക്കാൻ സമയം കണ്ടെത്തിയിരുന്ന അമ്മയിൽ എന്തോ മാറ്റമുണ്ടായിട്ടുണ്ട്. അമ്മയിപ്പോൾ മറ്റേതോ ലോകത്താണ്. നഷ്ടപ്പെട്ടതെല്ലാം തിരിച്ചെടുക്കുന്നതുപോലെ. ബെഡ്റൂമിൽ സ്മാർട്ട് ഫോണിൽ ചൂണ്ടുവിരൽ തേച്ച് സമയം കളയുന്ന അമ്മയെക്കുറിച്ച് അച്ഛനറിഞ്ഞാൽ... അച്ചുവിന്റെ ഉള്ളൊന്നുപിടച്ചു.

അച്ഛനറിയാതെയാണ് അച്ചു അമ്മയ്ക്ക് എഫ് ബിയിലും വാട്സ് ആപ്പിലും അക്കൗണ്ട് തുടങ്ങിക്കൊടുത്തത്. ഉമ്മറക്കസേരയിൽ അമ്മയുടെ നോക്കുകൾക്ക് അതിരിടുന്ന അച്ഛച്ഛനിൽനിന്നും പിന്നാമ്പുറത്ത് തൊട്ടതിനൊക്കെ കുറ്റം പറയുന്ന അച്ഛമ്മയ്ക്കും ഇടയിൽനിന്ന് അമ്മയ്ക്കൊരു ആശ്വാസമാകട്ടെയെന്നേ അച്ചു കരുതിയിരുന്നുള്ളൂ. പക്ഷേ, ഇപ്പോൾ അമ്മയുടെ ലോകത്ത് മാരിവില്ലാണ്. സഹപാഠികൾ, ബാ

ല്യകാല സുഹൃത്തുക്കൾ, പരിചയക്കാർ, ബന്ധുക്കൾ എല്ലാവരും ഇപ്പോൾ അമ്മയ്ക്ക് ചുറ്റും പച്ച കത്തിച്ചുനില്പുണ്ട്. എഫ് ബിയിലെ ഉറുമ്പുകൾക്കിടയിൽ പഞ്ചാര മണിപോലെ തിളങ്ങുന്ന അമ്മ അച്ചുവിൽ ഭയത്തിന്റെ ചിലന്തിവല നെയ്യുകയാണ്.

വർഷങ്ങളായി വിദേശത്ത് ജോലി ചെയ്യുന്ന അച്ഛൻ കുറ്റവാളിയോട് എന്ന പോലെയാണ് സുന്ദരിയായ അമ്മയോട് പെരുമാറിയത്. ആരുമായും സംസാരിക്കരുത്. ചിരിക്കരുത്. തന്റെ അച്ചടക്കപുസ്തകത്തിൽ എന്നും വടിവൊത്ത അക്ഷരമായി അവൾ ഇരിക്കണമായിരുന്നു അയാൾക്ക്. അമ്മയുടെ ബന്ധുത്വം, സൗഹൃദം, വ്യക്തിത്വം എന്നിവയൊന്നും കാണാൻ അദ്ദേഹം ഇഷ്ടപ്പെട്ടിരുന്നില്ല. ജോലി കൂടി ഇല്ലായിരുന്നില്ലെങ്കിൽ *ആടുജീവിത*ത്തിലെ നജീബിനെപോലെ താനും ആ പൊട്ടക്കിണറ്റിൽ ജീവിതം കഴിച്ചേനേയെന്ന് അമ്മ ഇടയ്ക്കിടെ ഓർക്കും.

ഓഫീസിന്റെ ഗോവണിയിൽനിന്നും കാൽവഴുതി വീണ് കിടപ്പിലായതോടെയാണ് അമ്മയിൽ വലിയമാറ്റം കണ്ടുതുടങ്ങിയത്. രോഗികൾക്കും ഏകാന്തതയുടെ തടവുകാർക്കും ആശ്വാസം കത്തിച്ചുപിടിക്കുന്ന എഫ് ബിയും വാട്സ് ആപ്പും തന്നെയായിരുന്നു അമ്മയ്ക്കും കൂട്ട്. ഹായ് മുതൽ ഡിയർ വിളിയുമായി അറിയുന്നവരും അറിയാത്തവരുമായി പുതിയൊരു ലോകത്തേക്കുള്ള യാത്ര.

ഇതുവരെ കാണാത്ത അവൻ എന്തിനാണ് തന്നോട് ഇത്രയും അടുപ്പം കാണിക്കുന്നത്. സൈബർ റിലേഷന് എന്തിനാണ് ആത്മാർത്ഥയുടെ കത്രികപ്പൂട്ട്? സംശയമില്ലാതില്ല. ഡിഗ്രിക്ക് കൂടെ പഠിച്ച ചിത്രയുടെ മ്യൂചൽ ഫ്രണ്ടാണ്. തന്റെ കാര്യത്തിൽ ആ യുവാവ് കാണിക്കുന്ന അമിതമായ താല്പര്യം ആദ്യമാദ്യം അസ്വസ്ഥതയായിരുന്നു. എന്നാൽ തന്റെ നാടും വീടും വയസ്സും കൃത്യമായി പറഞ്ഞപ്പോൾ തന്നെ അറിയുന്ന ആരോ ആണെന്നാണ് കരുതിയത്. കുടുംബ ഫോട്ടോയിൽ തന്റെ മക്കളേതെന്ന് ചോദിച്ചപ്പോൾ നിമിഷങ്ങൾക്കകം യുവാവ് കൃത്യം പറഞ്ഞത് അമ്മയെ അമ്പരപ്പിച്ചു. കാൽവഴുതി നിങ്ങൾ വീണത് എഫ് ബിയിലേക്കാണോയെന്ന അവന്റെ കമന്റും രസിപ്പിച്ചു. രസച്ചരടിന്റെ അറ്റത്ത് അടുപ്പത്തിന്റെ നൂലിഴകൾ ചേർന്നുനില്ക്കുന്നതായി തോന്നി തുടങ്ങി. കാലിലെ ചതവ് മാറിയാൽ എഫ് ബിയിലും വാട്സ് ആപ്പിലും കാണില്ലെന്ന തന്റെ മുന്നറിയിപ്പിന് അവൻ വേദനയോടെ നിശ്ശബ്ദതയെറിഞ്ഞു.

വീണ്ടും തിരക്കുപിടിച്ച ദിവസങ്ങളിലേക്ക് പോയപ്പോഴും യുവാവ് അമ്മയ്ക്കു ചുറ്റും സ്നേഹത്തിന്റെ സൈബർ വലയം തീർത്തുകൊണ്ടിരുന്നു. ചാറ്റ്ബോക്സിലും വാട്സ് ആപ്പിലും സന്ദേശങ്ങൾ വിരിഞ്ഞുകൊഴിഞ്ഞുകൊണ്ടിരുന്നു. എന്തിനാണ് തന്നെ ഡിയർ എന്നു വിളിക്കുന്നതെന്ന് ദേഷ്യപ്പെട്ടപ്പോൾ അവന്റെ മനസ്സ് ഉലയുന്നത് അമ്മയറിഞ്ഞു. 'നീ എന്റെ എഫ് ബി ഫ്രണ്ട് മാത്രമാണ്' എന്നു പറഞ്ഞപ്പോൾ അങ്ങനെയെങ്കിൽ തന്നെ അൺഫ്രണ്ട് ചെയ്യണമെന്നായിരുന്നു അവന്റെ

ആവശ്യം. പക്ഷേ, അൺഫ്രണ്ട് ചെയ്യാൻ തനിക്ക് കഴിയില്ലെന്ന് അമ്മ തിരിച്ചറിഞ്ഞ നിമിഷമായിരുന്നു അത്.

"ഡാ നിന്റെ അമ്മ ഫുൾ ടൈം എഫ് ബിയിലും വാട്സ് ആപ്പിലും ആണല്ലോ'' എന്ന് കൂട്ടുകാരിൽ ചിലർ പറഞ്ഞപ്പോൾ അച്ചുവിന് സങ്കടം വന്നു. എഫ് ബിയിൽ അമ്മ പച്ചകത്തിച്ച് നില്ക്കുന്നത് കണ്ടു ബോദ്ധ്യപ്പെട്ടപ്പോൾ അവന് ആധിയായി. ഒരു മാസം കൊണ്ട് തന്റെ അമ്മയ്ക്കുണ്ടായ മാറ്റം അവനിൽ ആശങ്കയുടെ നിഴൽ വിരിച്ചു. തനിക്ക് അറിയുന്നവരും അറിയാത്തവരും അമ്മയുടെ ഫ്രണ്ട്സ് ലിസ്റ്റിൽ. 35-ാം ബർത്ത് ഡേ രണ്ടുദിവസം മുൻപായിരുന്നുവെന്ന് അമ്മയുടെ വാളിൽ നിറഞ്ഞ ആശംസാ വാക്കുകളിൽനിന്ന് അച്ചു വായിച്ചെടുത്തു. അമ്മയുടെ ബർത്ത് ഡേ താനും ഓർത്തില്ലല്ലോയെന്ന ചിന്ത അവനിൽ പശ്ചാത്താപം പടർത്തി. സ്കൈപ്പിൽ അച്ഛൻ അമ്മയോട് സംസാരിക്കുമ്പോൾ ബർത്ത് ഡേ വിഷസ് പറഞ്ഞതും അവന് ഓർമ്മയില്ല. ഇന്നലെയും മിനിഞ്ഞാനും നിസ്സാര കാര്യങ്ങൾക്ക് പോലും അമ്മയെ ചീത്ത വിളിക്കുന്ന അച്ഛനെയാണ് അവൻ സ്കൈപ്പിൽ കണ്ടത്. അച്ഛന്റെ ബർത്ത് ഡേക്ക് അമ്പലത്തിൽപോയി നേർച്ച അർപ്പിക്കുന്ന അമ്മ. തന്റെയും കുഞ്ഞനിയന്റെയും ബർത്ത് ഡേക്ക് സമ്മാനങ്ങൾ കൊണ്ട് മൂടുന്ന അമ്മ. ആ അമ്മയുടെ ബർത്ത് ഡേ താനും മറന്നല്ലോയെന്ന കുറ്റബോധം അച്ചുവിൽ തിരമാല തീർത്തു.

അന്ന് രാത്രി അച്ചു മുറിയിലേക്ക് കയറി ചെല്ലുമ്പോൾ അമ്മ വാട്സ് ആപ്പിൽ ആരോ ആയി ചാറ്റിങ്ങിലായിരുന്നു.

"സോറി അമ്മയുടെ ബർത്ത് ഡേ ഞാൻ മറന്നുപോയി." ബെഡിൽ ഇരുന്ന് അച്ചു പറഞ്ഞു. അമ്മ മൊബൈലിൽനിന്ന് കണ്ണെടുത്ത് ചിരിച്ച് വീണ്ടും വാട്സ് ആപ്പിൽ സജീവമായി. മുറിയിലെ ചില്ലലമാരയുടെ കണ്ണാടി തേച്ചുമിനുക്കി പുത്തനാക്കിയത് അവൻ കണ്ടു. അമ്മയുടെ മുഖത്തെ പ്രസാദം കണ്ണാടിയിൽ തട്ടി തിളങ്ങുന്നതുപോലെ. ഒരു നിമിഷം അമ്മയെ തന്നെ നോക്കി അവൻ തുടർന്നു. "അമ്മ, അമ്മ, എന്തിനാണമ്മ ഏതുസമയവും എഫ് ബിയിൽ... വാട്സ് അപ്പിൽ... പരിചയമില്ലാത്ത ആളുകളെ അമ്മ എന്തിനാണ് ഫ്രണ്ട്സ് ആക്കുന്നത്. അച്ഛനറിയാതെയാണ് ഞാൻ അമ്മയ്ക്ക് അക്കൗണ്ട് തുടങ്ങിത്തന്നത്. ഇപ്പോൾ... വേണ്ടമ്മാ അമ്മയ്ക്ക് എഫ് ബി വേണ്ട. അതു ഞാൻ ഡിആക്ടീവേറ്റ് ചെയ്യും." അച്ചുവിന്റെ വാക്കുകൾ കനത്തു. അച്ചുവിന്റെ ശബ്ദത്തിലെ കാർക്കശ്യം അമ്മയെ പിടിച്ചുകുലുക്കി. തന്നെ 21-ാം വയസ്സ് മുതൽ കൂട്ടിലടച്ച ഭർത്താവിന്റെ അരോചക മുഖത്തിന്റെ പതിപ്പ് അച്ചുവിലും.

"നീയും അച്ഛന് പഠിക്കുകയാണോ?" അമ്മയുടെ തൊണ്ടക്കുഴിയിൽ വാക്കുകൾ പൊട്ടിത്തെറിച്ചു. " അച്ഛനോട് കാട്ടേണ്ടത് യജമാന സ്നേഹമല്ല. പുത്രസ്നേഹമാണ്."- ഒരു നിമിഷം അച്ചുവിനെ രൂക്ഷമായി നോക്കി അമ്മ മുറിക്ക് പുറത്തേക്ക് പോയി.

താനും ഒരു മനുഷ്യ സ്ത്രീയാണ്. വികാരവിചാരങ്ങളുമുള്ള സ്ത്രീ.

വിവാഹം എന്നാൽ പാറിപ്പറക്കുന്ന പൂമ്പാറ്റയെ പിടിച്ച് ചിറക് നുള്ളിയെടുക്കുന്നതല്ലെന്ന് അച്ഛനോട് പറഞ്ഞുകൊടുക്കണമെന്ന് മകനോട് പറയണമെന്ന് അവൾക്കുണ്ടായിരുന്നു. പക്ഷേ, കൗമാരത്തിലേക്ക് കടക്കാൻ പോകുന്ന മകനോട് ഒരു അമ്മയ്ക്ക് എങ്ങനെ അതൊക്കെ പറയാൻ കഴിയും. അമ്മ ഗോവണിയിറങ്ങി അടുക്കളയിലേക്ക് പോയി. അച്ചു അരണ്ട വെളിച്ചത്തിൽ നീണ്ടുപോകുന്ന അമ്മയുടെ നിഴൽ നോക്കി നിന്നു.

അന്നുരാത്രി അച്ചുവിന് ഉറക്കം വന്നില്ല. ജനൽചില്ലിൽ ഉറഞ്ഞുനിന്ന മഞ്ഞുകണങ്ങൾ തന്നെ തുറിച്ചുനോക്കുന്നതായി അവന് തോന്നി. തെറ്റിന്റെ വഴികളെല്ലാം കാലേക്കൂട്ടി കാണിച്ചുതന്നത് അമ്മയാണ്. ലോകത്തിലെ ഏറ്റവും വലിയ കുറ്റം മോഷണമാണെന്ന് അമ്മ ഇടയ്ക്കിടെ ഓർമ്മിപ്പിച്ചിരുന്നു. ആ അമ്മയോട് മകൻ തെറ്റ് ചെയ്യാൻ പോകുന്നു. അച്ചുവിന്റെ മനസ്സിലങ്ങിങ്ങ് വിള്ളലുകളുണ്ടായി. അച്ഛൻ നാട്ടിലില്ലാത്തതിനാൽ അച്ചുവിനെയാണ് ഏതിനും അമ്മ മുന്നിൽ നിർത്തിയത്. പ്രായത്തിൽ കവിഞ്ഞ പക്വത അവന് സമ്മാനിച്ചതും അമ്മ. എന്നിട്ടിപ്പോൾ അച്ഛന് ചാരവൃത്തി ചെയ്യുന്ന മകനായി അമ്മയ്ക്ക് ചുറ്റും നില്ക്കേണ്ടിവരുന്നു.

ഫേസ്ബുക്ക് അക്കൗണ്ടും വാട്സ് ആപ്പും അമ്മയ്ക്ക് സ്വന്തമായി ഉണ്ടാക്കാമായിരുന്നു. പക്ഷേ, അത് അച്ചു അറിഞ്ഞിട്ടുമതിയെന്നാണ് അമ്മ ഉറപ്പിച്ചത്. ആരുടെയും കത്ത് പൊട്ടിച്ച് വായിക്കരുതെന്ന് പഠിപ്പിച്ച അമ്മയോട് മകൻ പശ്ചാത്താപമില്ലാതെ തെറ്റ് ചെയ്തു. ആരുടെയും പാസ്‌വേർഡ് കട്ടെടുക്കരുതെന്ന് തന്നെ അമ്മ പഠിപ്പിച്ചിട്ടില്ലല്ലോയെന്ന് ആശ്വസിച്ച് അച്ചു അമ്മയുടെ എഫ് ബിയിൽ നുഴഞ്ഞുകയറി. മോണിറ്ററിൽ അമ്മയുടെ സൈബർ ബന്ധനങ്ങൾക്കിടയിലൂടെ അവൻ ദിക്കറിയാതെ നീന്തി. എഫ് ബിയിൽ അമ്മയുടെ ആരാധക വൃന്ദം കണ്ട് അച്ചു ഞെട്ടി. അച്ഛൻ തീർത്ത ചങ്ങലക്കെട്ടുകൾ പൊട്ടിച്ച് മിന്നാമിനുങ്ങായി പാറിനടക്കുന്ന അമ്മ. അച്ചുവിന്റെ തലപെരുക്കാൻ തുടങ്ങി.

വൈകിട്ട് അമ്മ ഓഫീസിൽനിന്ന് വരുമ്പോൾ അച്ചു ഉമ്മറത്ത് നില്പുണ്ടായിരുന്നു. അച്ചുവിന്റെ പതിവില്ലാത്ത നില്പ് അമ്മയ്ക്ക് അനുചിതമായി. അവന്റെ നോട്ടം കഴുകൻ കണ്ണുകളെപ്പോലെ തന്നിലേക്ക് നീണ്ടുവരുന്നതായി തോന്നി. വരാന്തയിലെ കസേരയിൽ നീളൻ കണ്ണുമായി ഇരിക്കുന്ന ഭർത്തൃപിതാവിന്റെ മുന്നിലൂടെ കിതപ്പോടെ അമ്മ അകത്തേക്ക് പോയി. തനിക്ക് പിന്നിൽ ഉറച്ചകാല്വെപ്പുകളുമായി അച്ചുവുണ്ടെന്നറിഞ്ഞ അമ്മയുടെ നെഞ്ചിടിപ്പ് കൂടി. ബെഡ്റൂമിൽ കയറി വാതിൽ വലിച്ചടച്ച് സാരിത്തലപ്പ് കൊണ്ട് നെറ്റിയിലെ വിയർപ്പുകണങ്ങൾ തുടച്ച് അമ്മ നെടുവീർപ്പിട്ടു. തനിക്ക് മുന്നിൽ വാതിൽ വലിയ ശബ്ദത്തിൽ വന്നടഞ്ഞത് അച്ചുവിൽ കോപാഗ്നി ജ്വലിപ്പിച്ചു.

ആ രാത്രി അമ്മയും മകനും പിന്നെ പരസ്പരം കണ്ടില്ല. തന്റെ എഫ് ബിയിൽ നുഴഞ്ഞുകയറി പ്രിയപ്പെട്ട പലരെയും അച്ചു ബ്ലോക്ക്

ചെയ്തത് അമ്മയ്ക്ക് പൊറുക്കാൻ കഴിയുമായിരുന്നില്ല.

പിറ്റേ ദിവസം ഓഫീസിൽ ഫയലുകൾക്കിടയിൽനിന്നും അമ്മ തല ഉയർത്തിയതേയില്ല. കളിയും ചിരിയുമില്ലാത്ത അമ്മ ആ ഓഫീസിലന്ന് തീർത്തും അപരിചിതയെ പോലെയിരുന്നു. പൊടുന്നനെ മുന്നിൽ തെളിഞ്ഞ പരിചിത മുഖം കണ്ട് അമ്മയുടെ ഉള്ളൊന്ന് പിടഞ്ഞു. അച്ചു!

മുന്നിൽ അവൻ നിന്നു കത്തി. കണ്ണുകളിൽ സൂര്യൻ കത്തിയമരുന്നതുപോലെ...“അമ്മ പുറത്തേക്ക് വരണം. ഒരു സ്ഥലം വരെ പോകാനുണ്ട്.” അച്ചുവിന്റെ വാക്കുകൾ ഗൗനിക്കാതെ അമ്മ കസേരയിൽ അമർന്നിരുന്നു. “അമ്മയോടാണ് വരാൻ പറഞ്ഞത്” അവൻ പൊട്ടിത്തെറിച്ചു. മാളങ്ങളിൽ നിന്നെന്ന പോലെ അടുത്ത കസേരകളിൽനിന്നും തലകൾ തനിക്ക് നേരെ നീണ്ടുവരുന്നത് അമ്മ കണ്ടു. ജാള്യതയോടെ എഴുന്നേറ്റ് മുഖം താഴ്ത്തി അവൾ പുറത്തേക്ക് നടന്നു. തൊട്ടുപിന്നാലെ കൊടുങ്കാറ്റ് പോലെ അച്ചുവും.

ചുടുകാറ്റ് ചൂളം വിളിക്കുന്ന ബീച്ചിൽ ആർത്തിരമ്പുന്ന തിരമാല നോക്കി അമ്മയും മകനും നിന്നു. അവർ പരസ്പരം ഒന്നും മിണ്ടിയിരുന്നില്ല. നട്ടുച്ചനിന്നു കത്തുന്ന വിജനമായ തീരപ്പരപ്പിൽ തണൽ വിരിച്ചു നില്ക്കുന്ന അക്കേഷ്യ മരങ്ങൾ. തന്റെ നിഴലിന് പോലും വലുപ്പം കുറഞ്ഞുപോകുന്നതായി അമ്മയ്ക്ക് തോന്നി.

“അമ്മയെ മനസ്സിലാക്കാൻ ആർക്കും കഴിയുന്നില്ലെന്ന് എനിക്ക് ബോദ്ധ്യമായി” അച്ചുവിന്റെ വാക്കുകൾ ശാന്തമായി പുറത്തേക്ക് വരുന്നത് അമ്മ കേട്ടു.

“ എന്റെയും അപ്പുവിന്റെയും ആവശ്യങ്ങൾ, പ്രശ്നങ്ങൾ, പ്രയാസങ്ങൾ എല്ലാം അമ്മ പറയാതെ അറിഞ്ഞു. പലതും നിറവേറ്റിത്തന്നു. പക്ഷേ, അമ്മയെ അറിയാൻ അച്ഛൻ ശ്രമിച്ചില്ല. വിവാഹമെന്നത് താലി കെട്ടുന്നവളെ കൂട്ടിലടച്ച് ചുറ്റും കാവൽ ഭടന്മാരെ നിർത്തുന്നതാണെന്ന അച്ഛന്റെ ചിന്ത തെറ്റാണെന്ന് എനിക്ക് ബോദ്ധ്യമാകുന്നു. അമ്മയ്ക്ക് വേണ്ടത് സ്നേഹമാണ്; വെടിയുണ്ടകളെ പോലെ ചീറിവരുന്ന ചീത്ത വാക്കുകളും നിയന്ത്രണങ്ങളുമല്ല. അമ്മ പറഞ്ഞത് ശരിയാണ്. അച്ഛനോട് എനിക്കുള്ളത് യജമാന സ്നേഹം മാത്രമാണ്. അമ്മയുടെ നോക്കുകൾക്ക് അതിരിട്ട് സി സി ടി വി പോലെ റോന്തു ചുറ്റിയതിൽ ഞാൻ ലജ്ജിക്കുന്നു. അമ്മയും ഒരു സ്ത്രീയാണെന്ന് വൈകിയാണെങ്കിലും ഞാൻ മനസ്സിലാക്കുന്നു.. എന്നോട് ക്ഷമിക്കൂ അമ്മാ..” അച്ചുവിന്റെ വാക്കുകൾ മുറിഞ്ഞു. കണ്ണുകൾ ഇറനണിഞ്ഞു കുതിർന്നു. അപ്പോൾ കടൽ ശാന്തമാകുന്നതുപോലെ അമ്മയ്ക്ക് തോന്നി.

“അമ്മയുടെ സന്തോഷമാണ് എനിക്ക് വലുത്. അമ്മ, അതാ നില്ക്കുന്നു അമ്മയെ മാലാഖയെ പോലെ കാണുന്ന എഫ് ബിയിലെ യുവാവ്.”- അക്കേഷ്യ മരങ്ങൾക്കപ്പുറത്ത് പുറംതിരിഞ്ഞുനില്ക്കുന്ന യുവാവിനെ ചൂണ്ടി അച്ചു പറഞ്ഞു. അമ്മയുടെ കണ്ണുകൾ വിറച്ചിലോടെ അവിടേക്ക് നീണ്ടു.

"അമ്മയുടെ വേദനകൾക്കും സന്തോഷത്തിനും അദ്ദേഹം മരുന്നാകുമെന്നു കരുതുന്നു. അമ്മയുടെ വാക്കുകൾക്ക് അദ്ദേഹം നല്കുന്ന വില വലുതാണെന്ന് അറിയാം... എഫ് ബിയിലെ അഡ്രസ് വെച്ച് വളരെ പണിപ്പെട്ടാണ് അയാളെ കണ്ടെത്താൻ കഴിഞ്ഞത്. അമ്മയും മനുഷ്യസ്ത്രീയാണ്. സ്വാതന്ത്ര്യം എല്ലാവർക്കും വേണം. അമ്മയ്ക്ക് അയാളുടെ കൂടെ പോകാം. മനുഷ്യകവചത്തിന്റെ കൂട് ഞാൻ തുറന്നിടുന്നു. അപ്പുവിനും എനിക്കും ഇപ്പോൾ തിരിച്ചറിവിന്റെ പ്രായമായി." അച്ചു പറഞ്ഞുനിർത്തി.

തന്റെ കണ്ണുകളിൽ തിരമാലകൾ ഉരുണ്ടുകൂടുന്നതു അമ്മ അറിഞ്ഞു. മകൻ തന്നെ മനസ്സിലാക്കുന്നുവെന്നതിന് തെളിവായി ഒഴുകിയെത്തിയ വാക്കുകൾ അമ്മയ്ക്ക് പുതിയ ലോകം നല്കുന്നതുപോലെ. അവൾ തിരിഞ്ഞുനടക്കാൻ തുടങ്ങിയ മകനെ ചേർത്തുപിടിച്ചു. "എനിക്കിത് മതി. സ്വന്തം വീട്ടിൽ എന്നെ തിരിച്ചറിയുന്ന ഒരാൾ. ഇനി എനിക്ക് അഭിമാനിക്കാം സ്ത്രീയെ ബഹുമാനിക്കുന്ന, അവളുടെ ഇഷ്ടങ്ങൾക്ക് വിലകല്പിക്കുന്ന ഒരു മകന് ജന്മം നല്കിയതോർത്ത്. സ്ത്രീക്ക് സ്വതന്ത്രയാകാൻ ഒരു പുരുഷന്റെയും തണൽ ആവശ്യമില്ല..."- അമ്മയുടെ വാക്കുകൾ തിരമാലകൾ തൊട്ടുപോകുന്ന പാറക്കെട്ടുകളിൽ തട്ടി പ്രകമ്പനം കൊണ്ടു.

വിളിച്ചുവരുത്തിയ യുവാവിനോട് എന്തുപറയുമെന്ന വേവലാതിയോടെ അച്ചു നില്ക്കുമ്പോൾ അമ്മയ്ക്ക് മുഖം കൊടുക്കാതെ മണൽപ്പരപ്പിലൂടെ നടന്ന് അയാൾ അപ്രത്യക്ഷനായി.

നക്ഷത്രംകൊണ്ട് കണ്ണെഴുതുമ്പോൾ...

ഒന്ന്

അഭിനന്ദനം അറിയിച്ച് സുഹൃത്ത് വിളിച്ചപ്പോൾ ആദ്യം എന്താണെന്ന് മനസ്സിലായില്ല. ഫോൺ കട്ട്ചെയ്തു ജാലകത്തിന്റെ കർട്ടൻ നീക്കി പുറത്തേക്ക് നോക്കി. പുറത്ത് മഞ്ഞിച്ചുകിടക്കുന്ന വെയിൽ. തലേദിവസം കഴിച്ച മദ്യത്തിന്റെ അളവ് ഓർത്തെടുക്കാൻ ശ്രമിച്ചു. ഏഴ് പെഗ്. പോക്കറ്റിൽനിന്നും തലേദിവസത്തെ ബാർ ബില്ല് എടുത്ത് തനിക്ക് സ്വബോധമുണ്ട് എന്ന് ഉറപ്പുവരുത്തി. എല്ലാദിവസവും രാവിലെ എഴുന്നേറ്റാൽ രമേശൻ ആദ്യം ചെയ്യുന്ന ക്രിയ. സ്വന്തം മകൾ ഏതുക്ലാസിലായിരുന്നു എന്നുപോലും അറിയാത്തവൻ ആയിരുന്നോ ഞാൻ? ലച്ചുമോൾക്ക് പത്താംക്ലാസിൽ ഫുൾ എ പ്ലസ് കിട്ടിയത് രമേശന് വിശ്വസിക്കാൻ കഴിഞ്ഞില്ല.

ഹൗസിങ് കോളനിക്ക് സമീപം വലിച്ചുകെട്ടിയ ഫ്ളക്സുകൾ, മഴവില്ലഴകുള്ള ഇലകളായി രൂപാന്തരം പ്രാപിച്ച മെയ് ഫ്ളവർ മരം. ലച്ചുമോളുടെ പല പോസിലുള്ള ചിത്രം പതിച്ച ഫ്ളക്സുകൾ. 'എസ് എസ് എൽ സി പരീക്ഷയിൽ ഫുൾ എ പ്ലസ് നേടിയ ശ്രീലക്ഷ്മി രമേശന് അഭിനന്ദനങ്ങൾ' കുഞ്ഞുകാറ്റിൽ മെയ് ഫ്ളവർ മരത്തിൽ ഇളകിയാടുന്ന ഫ്ളക്സുകളിലൂടെ പാഞ്ഞുപോയ രമേശന്റെ ഹൃദയം തുടുത്തു.

വീട്ടിൽ ലച്ചുവിന്റെ അമ്മ മായ വാട്സ്ആപ്പ് ഗ്രൂപ്പുകളിലും ഫേസ്ബുക്കിലും ലച്ചുമോളുടെ അഭിമാനനേട്ടത്തിൽ ആശംസകൾ അർപ്പിച്ചുള്ള കുറിപ്പുകൾക്കും പോസ്റ്റുകൾക്കും മറുപടി അയക്കുന്ന തിരക്കിലായിരുന്നു. "അവളെ ഞങ്ങൾ അങ്ങനെയാണ് വളർത്തിയത്. രാവിലെ നാലിന്

എഴുന്നേല്പിച്ച് പഠിപ്പിക്കും. വൈകിട്ട് സ്കൂൾ വിട്ടുവന്നാൽ ഉടനെ പഠിക്കാനിരുത്തും. എന്റെ ഉറക്കമൊഴിക്കലിനും കഠിനപ്രയത്നത്തിനുമുള്ള ഫലമാണ് അവളുടെ വിജയം"- ലച്ചുമോളുടെ വിജയത്തിന്റെ ഫുൾ ക്രെഡിറ്റും അടിച്ചെടുക്കാനെന്നോണം മായ മറുപടി തട്ടിവിട്ടുകൊണ്ടിരുന്നു.

ഫുൾ എ പ്ലസ് കിട്ടിയെങ്കിലും മുഴുവൻ വിഷയങ്ങൾക്കും ഫുൾ മാർക്ക് സ്കോർ ചെയ്യാൻ കഴിയാത്ത വിഷമത്തിൽ ലച്ചുമോൾ മുറിയിൽ കൂമ്പിനിന്നു. ആരുടെയും സഹായമില്ലാതെ നേടിയെടുത്ത വിജയം ഒറ്റ മെസേജിൽ തന്റെ അക്കൗണ്ടിലാക്കി സ്മാർട്ട് ഫോണിൽ തലയറുത്തിട്ട അമ്മ. മോൾ ഏതുക്ലാസിലാ പഠിക്കുന്നത് എന്നുപോലും ഓർക്കാത്ത അച്ഛൻ. അച്ഛനും അമ്മയും പത്തുവർഷത്തോളമായി തുടരുന്ന ശീതയുദ്ധം. നിനക്ക് എന്താ വേണ്ടത്? എന്തുവേണം? സ്മാർട്ട് ഫോൺ വേണോ? ലാപ് വേണോ? അതോ സ്കൂട്ടി വേണോ? അല്ലേ വേണ്ട സ്കൂട്ടി പ്ലസ്ടുവിന് ഫുൾ എ പ്ലസ് കിട്ടുമ്പോഴാകട്ടെ... അപ്പോഴേക്കും ലൈസൻസും എടുക്കാമല്ലോ... നീ ഇത്രയും നന്നായി പഠിക്കുമെന്ന് അറിയില്ലായിരുന്നു മോളേ... ലച്ചുമോളുടെ കൈ പിടിക്കാൻ ശ്രമിച്ച് അമ്മ പറഞ്ഞു. കൈ തട്ടിമാറ്റി ലച്ചുമോൾ പുറത്തേക്ക് നടന്നു. എനിക്ക് അമ്മ ഒരു മുത്തം തന്നാൽ മതി... കെട്ടിപ്പിടിച്ച് കവിളിൽ ഒരു മുത്തം എന്ന് പറയണമെന്നുണ്ടായിരുന്നു അവൾക്ക്. പക്ഷേ...

പുറംലോകത്ത് ഭാര്യഭർത്താക്കന്മാരായി പ്രത്യക്ഷപ്പെടുന്ന രണ്ട് ശത്രുക്കൾ! വീടിനകത്ത് കണ്ടുമുട്ടുന്ന സമയങ്ങളിലെല്ലാം ഇരുവരും തമ്മിൽ വഴക്കിടുന്നത് മാത്രമേ കണ്ടിട്ടുള്ളൂ. അച്ഛനും അമ്മയ്ക്കും ഇടയിലുള്ള പ്രശ്നമെന്തെന്ന് ആലോചിച്ച് ഉറക്കം കളഞ്ഞ എത്രയെത്ര രാത്രികൾ. ഇരുവർക്കും ഐ ടി കമ്പനിയിലാണ് ജോലി. ഇന്ത്യൻ ടെക്കി ആയ അച്ഛൻ രമേശന് മുന്നിൽ ഒരുകാര്യത്തിനും താഴാൻ കൂട്ടാക്കാത്ത അമേരിക്കൻ ടെക്കി ആയ അമ്മ. അമ്മ തന്നേക്കാൾ ഉയർന്ന കമ്പനിയിൽ ജോലിക്കാരിയായതിന്റെ അപകർഷതാബോധം പേറുന്ന അച്ഛൻ. സമാന്തരമായി സഞ്ചരിക്കുന്ന രണ്ട് നദികൾക്ക് ഇടയിൽ ആറ്റുവഞ്ചി പോലെ ലച്ചുമോൾ വളരുന്നു. അതിരാവിലെ പോയി രാത്രി വൈകി മദ്യപിച്ചെത്തുന്ന അച്ഛൻ. വീട്ടുജോലിക്ക് നാണിയമ്മ വന്നയുടനെ ഇൻഫോ പാർക്കിലേക്ക് പോകുന്ന അമ്മ വൈകിട്ട് വീട്ടിലെത്തുമ്പോൾ രാത്രി എട്ടുകഴിയും. ഇരുവരും ഒരുമിച്ച് ഇരിക്കുന്നതോ കിടക്കുന്നതോ അവൾ കണ്ടിട്ടില്ല. അച്ഛന്റെയും അമ്മയുടെയും ബെഡ്റൂമുകളിൽ രാത്രി വൈകിയും മൊബൈൽ വെളിച്ചം തീർക്കുന്ന ചക്രവാളം പതിവു കാഴ്ച.

'എന്റെ മിടുക്കി കുട്ടിക്ക് എന്ത് സമ്മാനാ നാണിയമ്മ തരേണ്ടത്' എന്നുചോദിച്ചപ്പോൾ 'ഉണ്ണിയപ്പം മതീന്നാ' ലച്ചുമോൾ പറഞ്ഞത്. വർ

ഷങ്ങളായി നാണിയമ്മയാണ് ലച്ചുമോൾക്ക് കൂട്ട്. കളിക്കുന്നതും ഭക്ഷണം കഴിക്കുന്നതുമെല്ലാം നാണിയമ്മയ്ക്കൊപ്പം. അവളെ ഒരുക്കുന്നതും സ്കൂളിൽവിടുന്നതും വൈകിട്ട് എത്തുമ്പോൾ കാപ്പികൊടുക്കുന്നതും സ്കൂളിൽ പിടിഎ മീറ്റിങ്ങിന് പോകുന്നതുപോലും നാണിയമ്മയാണ്. നാണിയമ്മ വീട്ടിൽനിന്നും ചുട്ടുകൊണ്ടുവന്ന ഉണ്ണിയപ്പം ലച്ചുമോൾ ഡൈനിങ്ങ് റൂമിലിരുന്ന് കഴിക്കുമ്പോഴാണ് രമേശൻ തിരികെ വന്നത്. കൈയിൽ വലിയ പൊതി. ലച്ചുമോളുടെ കണ്ണു വിടർന്നു. ലാപ്ടോപ്പ്! “ഒന്നിനും ഒരു കുറവും ഉണ്ടാകരുത്. 56,999 രൂപ വില വരും..” അകത്തെ മുറിയിൽ മായ കേൾക്കാനെന്നോണം രമേശൻ ഉറക്കെ പറഞ്ഞു. ലച്ചു സന്തോഷത്തോടെ പെട്ടിയഴിച്ച് ലാപ്ടോപ്പ് നോക്കുന്നത് മായ കിടപ്പുമുറിയുടെ പാതിചാരിയ വാതിലിലൂടെ വിമിഷ്ടത്തോടെ എത്തിനോക്കി. രമേശൻ ഗമയിൽ അവൾക്ക് അരികിലിരുന്നു അതിന്റെ പ്രവർത്തനം വിവരിച്ചു കൊടുത്തു. മായ ദേഷ്യത്തോടെ മുഖം എടുത്തെറിഞ്ഞ് അവർക്ക് മുന്നിലൂടെ അടുക്കളയിലേക്ക് നടന്നു. മകൾക്ക് അച്ഛന് മുന്നേ ഗിഫ്റ്റ് നല്കാനാകാത്തതിലെ നീരസത്തോടെ മായ നഖം കടിച്ചുതുപ്പി. ഇനി അതിലും വലുത് എന്തു വാങ്ങിനല്കും? ചെറുതായാലും മതി പക്ഷേ, ലാപിനേക്കാൾ വിലയുള്ളതാകണം. മായ അപ്പോൾത്തന്നെ മൊബൈലിൽ ഫ്ളിപ് കാർടിന്റെ സൈറ്റിൽ പരതി.

പിറ്റേദിവസം ആപ്പിൾ ഐഫോൺ സിക്സ് പ്ലസ് മോഡലുമായാണ് മായ ലച്ചുമോൾക്ക് മുന്നിൽ പ്രത്യക്ഷപ്പെട്ടത്. വാട്സ്ആപ്പും ഇൻസ്റ്റഗ്രാമും ടിറ്ററും ഫേസ്ബുക്കുമെല്ലാം ഇൻസ്റ്റാൾ ചെയ്തിട്ടുണ്ട്. ഫേസ്ബുക്ക് ഐ ഡി ശ്രീലക്ഷ്മി മായ എന്നാണ്. രമേശൻ എന്നത് ഞാനങ്ങ് ഒഴിവാക്കി മോളേ... അതൊരു പഴഞ്ചൻ പേരാ... (നിന്റെ അച്ഛനെപോലെ) നീട്ടിചിരിച്ച് ഫോൺ ലച്ചുമോൾക്ക് നല്കി മായ പറഞ്ഞു. ഇ ഫോണിൽനിന്ന് അയക്കുന്ന ആദ്യ വാട്സ്ആപ്പ് സന്ദേശം അച്ഛനാകണമെന്ന നിർബന്ധവും. മായ തന്നെ ഫോൺ ഓണാക്കി. വാട്സ്ആപ്പിൽ ആദ്യമെസേജ് അയച്ചു. “ഹായ് അച്ഛാ... അമ്മ എനിക്ക് ഐഫോണാ വാങ്ങിതന്നത്. 70501 രൂപ വിലവരുമത്രേ...” ലച്ചുമോൾ അമ്മ അച്ഛനയച്ച മെസേജ് ഒന്നുകൂടി വായിച്ചു.ഫോണിലേക്കും ലാപ്ടോപ്പിലേക്കും മാറിമാറിനോക്കി. അച്ഛനും അമ്മയും തന്നെ ഇത്രയും സ്നേഹിക്കുന്നുണ്ടോ? ലാപ്ടോപ്പും മൊബൈൽഫോണും നെഞ്ചോട് ചേർത്ത് അവൾ കിടക്കയിലേക്ക് വീണു.

രണ്ട്

അന്നുവരെ ഉണ്ടായിരുന്ന ഏകാന്തതയിൽനിന്നും ഉന്മുക്തയായ ലച്ചുമോൾ മുറിയിൽനിന്നും പുറത്തിറങ്ങാതെയായി. ഫേസ്ബുക്കിന്റെയും വാട്സ്ആപ്പിന്റെയും ഇൻസ്റ്റഗ്രാമിന്റെയും മായികനീലിമയിൽ അവൾ

ചിറകടിച്ചുതുടങ്ങി. എഫ് ബിയിൽ അറിയുന്നവരും അറിയാത്തവരുമായി നിരവധി പേരുടെ റിക്വസ്റ്റ്. ഒരിക്കൽ പോലും തന്റെ മുഖത്ത് നോക്കിയതായി ഓർമ്മയില്ലാത്ത അടുത്ത ഫ്ളാറ്റിലെ അച്ചുദേവിന്റെ 'നീ സുന്ദരിയാണ് ലച്ചു' എന്ന മെസേജ്. സ്കൂൾ ബസ് ഡ്രൈവർ ഷാജിയേട്ടനും ക്ലീനർ ഗിരീശേട്ടനും ഇൻബോക്സിൽ ഒലിച്ചിറങ്ങി. ക്ലാസ്മേറ്റ് ഷാനുവിന്റെയും സ്റ്റേഷനറി ബുക്സ്റ്റാളിലെ റയീസിന്റെയും പ്രണയാഭ്യർത്ഥന. ലാപ്പിലും മൊബൈലിലും റീസെറ്റ്ചെയ്ത പുതിയ ജീവിതത്തിൽ താനൊരു സുന്ദരിപെണ്ണാണ് എന്ന് അവൾ തിരിച്ചറിഞ്ഞുതുടങ്ങി. എല്ലാരും മോഹിക്കുന്ന പെണ്ണാകണം!. അവൾ അമ്മയുടെ ഡ്രസിങ് ടേബിളിലെ ഇരട്ടമുഖമുള്ള മുട്ടക്കണ്ണാടിയെടുത്ത് തന്റെ മുഖം പതിപ്പിച്ചു. ഉള്ളിൽ സന്തോഷം നുരഞ്ഞുപൊന്തി. നക്ഷത്രംകൊണ്ട് കണ്ണെഴുതണം. ഓരോനോട്ടവും പ്രകാശംപരത്തണം...അവൾ പൂത്തുലഞ്ഞു.

സ്കൂൾ വിട്ടുവന്നാൽ ലച്ചുമോൾ പതിവായി മുറിയിൽക്കയറി വാതിലടയ്ക്കുന്നത് നെഞ്ചുരുക്കത്തോടെ നോക്കിനില്ക്കാനേ നാണിയമ്മയ്ക്ക് കഴിഞ്ഞുള്ളൂ. പ്ലസ്വണിൽ പഠിക്കുന്ന കുട്ടിയല്ലേ പഠിക്കാൻ കാണും എന്ന് സമാധാനിച്ചവർ വരാന്തയിൽ തനിച്ചിരുന്നു. പത്താംക്ലാസുവരെ സ്കൂളിൽ അതാത് ദിവസം നടന്ന സംഭവങ്ങൾ നാണിയമ്മയോടാണ് ലച്ചുമോൾ പറഞ്ഞിരുന്നത്. ഇപ്പോൾ അവൾ നാണിയമ്മയോട് സംസാരിക്കുന്നത് വളരെ കുറഞ്ഞു. ഒരു ചിരിമാത്രം! 'പിന്നാലെ കൂടി വാതോരാതെ സംസാരിച്ച കുട്ടിയാ...' നാണിയമ്മ ആത്മഗതംപൊഴിച്ചു. ലാപ്ടോപ്പിലാണോ സ്മാർട്ട്ഫോണിലാണോ മകൾ കൂടുതൽ സമയം ചെലവഴിക്കുന്നത് എന്നുനോക്കാനായി മാത്രം മത്സരബുദ്ധിയോടെ രമേശനും മായയും അവളുടെ മുറിയിലേക്ക് വല്ലപ്പോഴും എത്തിനോക്കി.

മൂന്ന്

ഒരു വൈകുന്നേരം അവൾ വരുമ്പോൾ വീട്ടിൽ തളർന്നിരിക്കുന്ന അമ്മയെ ആണ് കണ്ടത്. ലച്ചുമോൾ നാണിയമ്മയുടെ മുഖത്തുനോക്കി. "ഇന്ന് രാവിലെ തന്നെ അമ്മ തിരിച്ചുവന്നു. വല്ലായ്കയുണ്ടോയെന്ന് ചോദിച്ചിട്ട് ഒന്നും പറഞ്ഞില്ല. ഫോണിൽ ആരൊക്കയോ വിളിക്കുന്നത് കേട്ടു... ഇടയ്ക്ക് തൊണ്ടയിടറുന്നതും കണ്ണുനിറയുന്നതും കണ്ടു. ഒന്നും കഴിച്ചിട്ടില്ല നീ ചോദിച്ചുനോക്ക് മോളേ" ലച്ചുമോൾ ബാഗ് അകത്തുവെച്ച് മായയ്ക്ക് അരികിലിരുന്നു. താഴെ വച്ചുകാണാത്ത ഫോൺ അനാഥമായി മേശപ്പുറത്ത്. ലച്ചുമോൾ ഒന്നും ചോദിച്ചില്ല. മേശപ്പുറത്ത് കിടന്ന കവറിങ് ലെറ്റർ എടുത്ത് ലച്ചുമോൾ തുറന്നുവായിച്ചു. 'നിങ്ങളെ കമ്പനിയിൽനിന്ന് പിരിച്ചുവിടുകയാണ്. അടുത്ത ദിവസംമുതൽ ജോലിക്കു വരേണ്ട' ലച്ചുമോൾ മായയുടെ മുഖത്തേക്ക് നോക്കി. എന്തു കാരണംകൊണ്ടാണ് പിരിച്ചുവിട്ടത്.? ലച്ചുമോൾക്ക് ഒന്നും മനസ്സിലായില്ല. അന്ന്വൈകിട്ട്

രമേശൻ പതിവിലും നേരത്തെ വന്നു. അച്ഛനും ഒന്നും മിണ്ടാതെ അമ്മയ്ക്ക് സമീപമിരിക്കുന്നു. ലച്ചുമോൾ ആദ്യമായി കാണുകയായിരുന്നു ആ കാഴ്ച. കുറേനേരം അവൾ രണ്ടുപേരെയും നോക്കിനിന്നു. മുറിയിലേക്ക് പോയി ലാപിൽ വാർത്താ ഏജൻസിയുടെ സൈറ്റ് നോക്കി... ബ്രേക്കിങ് ന്യൂസ് ഇൻഫോപാർക്കിൽ കൂട്ടപിരിച്ചുവിടൽ സ്ക്രീനിൽ ചുവന്ന അക്ഷരത്തിൽ തെളിഞ്ഞു. ഇൻഫോപാർക്കിലെ മുഴുവൻ കമ്പനികളും പൂട്ടി.. അമേരിക്കൻ കമ്പനികളും ഇന്ത്യൻ കമ്പനികളുമാണ് ഒരു മാനദണ്ഡവും പാലിക്കാതെ പൂട്ടിയത്. ആംഗറുടെ ശബ്ദം നിശ്ശബ്ദത തളം കെട്ടിയ ആ വീട്ടിൽ മുഴങ്ങി.

രമേശനും മായയും വീട്ടിൽ തന്നെ ഇരിക്കാൻ തുടങ്ങിയിട്ട് മാസങ്ങളായി. ജോലിക്ക് അപേക്ഷിച്ച കമ്പനികളിൽനിന്ന് മദ്ധ്യവയസ്സിലേക്ക് കടക്കുന്ന നിങ്ങളെ ജോലിക്കെടുക്കുന്നതിൽ തങ്ങൾക്ക് താല്പര്യമില്ലെന്ന മറുപടി കേട്ട് അവർ വാനാക്രൈ ആക്രമണത്തിന് വിധേയമായ കമ്പ്യൂട്ടറെകളെ പോലെ ഏകഭാവം പൂണ്ടു. മറ്റുജോലികൾക്ക് വർക് എക്സ്പിരിയൻസ് അനുഗ്രഹമാകുമ്പോൾ ഐ ടി കമ്പനിയിൽ എക്സ്പിരിയൻസും വയസ്സും കൂടുന്നത് ദോഷമാകുന്നതിലെ വൈരുധ്യം! അച്ഛനും അമ്മയും ഇപ്പോൾ ഇടയ്ക്കിടെ സംസാരിക്കുന്നുണ്ട്. വഴക്കില്ല. ലച്ചുമോൾക്ക് കുറച്ചുസന്തോഷമായി.

ഫ്ളാറ്റ് ഉടമ വന്ന് നാല് മാസത്തെ റെന്റ് തരണമെന്ന് പറഞ്ഞ് ബഹളംവെക്കുന്നത് കണ്ടുകൊണ്ടാണ് ലച്ചുമോൾ ഒരു ദിവസം രാവിലെ സ്കൂളിലേക്ക് പോയത്. ജോലിയുള്ള കാലത്ത് കിട്ടുന്ന ശമ്പളം മുഴുവൻ ആർഭാട ജീവിതത്തിന് ചെലവഴിച്ച രമേശനും മായയും ഉടൻ വീടൊഴിയാമെന്ന് പറഞ്ഞ് അയാളെ തണുപ്പിച്ചുവിട്ടു. ട്യൂഷൻ ഫീസും സ്കൂൾ ഫീസും കൊടുത്തിട്ടില്ല. ലച്ചുമോൾക്ക് ആധിയായി. മനസ്സില്ലാമനസ്സോടെ രമേശനും മായയും ആ തീരുമാനമെടുത്തു. നാട്ടിലേക്ക് മടങ്ങുക. തറവാട്ട് പറമ്പിൽ വല്ല കൃഷിയും ചെയ്തു ജീവിക്കും. ലച്ചുമോളെ പ്ലസ്ടു കഴിയുന്നതുവരെ സ്കൂളിന് സമീപമുള്ള ഹോസ്റ്റലിൽ നിർത്താം.

പത്തുപതിനഞ്ച് വർഷമായി താമസിച്ച വീടിന്റെ പടിയിറങ്ങുമ്പോൾ അടുത്ത ഫ്ളാറ്റുകളിൽനിന്ന് ആരുംതന്നെ അവരെ യാത്രയാക്കാൻ വന്നില്ല. ജോലിയും കൂലിയുമില്ലാത്ത തങ്ങളെ ആർക്കും വേണ്ട. തിരസ്കാരം എന്ന ഏറ്റവും തീക്ഷ്ണമായ മുറിവുപേറി രമേശനും മായയും ലച്ചുമോളും ആരോടും പറയാതെ പടിയിറങ്ങി. നാണിയമ്മ ഒരു തുണ്ട് പേപ്പറുമായെത്തി മുടങ്ങിയ നാല് മാസത്തെ ശമ്പളം ആ പേപ്പറിലെഴുതിയ അക്കൗണ്ടിൽ നിക്ഷേപിക്കണമെന്ന് ആവശ്യപ്പെട്ട് പുതുതായി ജോലിക്കു നില്ക്കുന്ന വീട്ടിലേക്ക് ധൃതിയിൽ നടന്നു. ലച്ചുമോൾ ഫ്ളാറ്റിലേക്ക് ഒന്നുകൂടി തിരിഞ്ഞുനോക്കി. മറ്റാരേയോ പ്രതീക്ഷിച്ചുനില്ക്കുന്നതുപോലെ ഫ്ളാറ്റ് അവൾക്ക് മുന്നിൽ അപരിചിതത്വം നടിച്ചു.

നാല്

ഹോസ്റ്റലിലെത്തിയ ആദ്യദിവസങ്ങളിൽ ലച്ചുമോൾ ശരിക്കും സങ്കടപ്പെട്ടു. നെറ്റ് ഓഫർ തീരാറായിരിക്കുന്നു. അച്ഛൻ തന്ന പോക്കറ്റ് മണിയിൽ ചില്ലറമാത്രമേ ബാക്കിയുള്ളൂ. റോസ്പൗഡറും മസ്കാരയും ഒരാഴ്ചയ്ക്കുകൂടിയേ കാണൂ. സാനിറ്ററി നാപ്കിനും വാങ്ങണം. അച്ഛൻ എപ്പോഴാണ് ഇനി പൈസ അയക്കുക? വിളിക്കുമ്പോൾ അതേക്കുറിച്ച് മാത്രം ഒന്നുംപറയുന്നില്ല. ലച്ചുമോൾ മുറിയിൽ ഓരോന്ന് ഓർത്തു വേവലാതിപ്പെട്ടു.

"ഇത് ഞാൻ ചെയ്ത ഡബ്സ്മാഷാ... എങ്ങനൊണ്ടെന്ന് പറ.." ലച്ചു മോൾ തിരിഞ്ഞുനോക്കി. റൂംമേറ്റ് കാതറിൻ. ഇവിടെ വന്നതിന്ശേഷം കിട്ടിയ ഏക സൗഹൃദം. കാതറിൻ അവൾ ചെയ്ത ഡബ്സ്മാഷ് ലച്ചു മോളെ കാണിച്ച് അവൾ തന്നെ പൊട്ടിച്ചിരിച്ചു. "കൊള്ളാമോ?" ലച്ചു മോൾ അതേ എന്ന് ധ്വനിപ്പിച്ച് തലയാട്ടി.

"നീ ഇങ്ങനെ ദുഃഖിച്ചിരിന്നിട്ട് കാര്യമില്ല. എല്ലാത്തിനും പണംവേണം. വീട്ടിൽനിന്ന് അയക്കുന്ന പണംകൊണ്ടൊന്നും ഒന്നും ആകില്ല. വൈറ്റ്നർ വാങ്ങാൻ തന്നെ തികയില്ല. അതാണ് ലഹരി (കാതറിൻ കണ്ണിറുക്കി) അതു കിട്ടാതായാൽ എനിക്ക് ഭ്രാന്താകും. എനിക്കുവേണ്ട പണം ഞാൻ തന്നെ കണ്ടെത്തി തുടങ്ങി. പണമുണ്ടാക്കാൻ എന്തെല്ലാം സാദ്ധ്യതകളാണ് ഈ ന്യൂജെൻ കാലത്ത്"- കാതറിൻ അവൾക്ക് അരികിലിരുന്ന് ഊറിച്ചിരിച്ചു.

"നിന്റെ ഈ ഫോണുണ്ടല്ലോ. രക്ഷപ്പെടാൻ ഇതുമതി. ഞാൻ എത്രതവണയായി പറയുന്നു." കാതറിൻ അടുത്ത ഡബ്സ്മാഷ് ചെയ്യാനായി എഴുന്നേറ്റു.

കാതറിൻ പറഞ്ഞതാണ് ശരി. പഴയതുപോലെ ജീവിക്കണമെങ്കിൽ അത് ചെയ്തേ പറ്റൂ. ലച്ചുമോൾ ഫേസ്ബുക്കിൽ ലോഗിൻചെയ്തു കാതറിൻ പറഞ്ഞ പേജിൽ ലൈക്കിട്ടു.

'ലുക്കിങ് ഫോർ ആൻ അഫയർ വിത്ത് ഷുഗർ ഡാഡി?' ലച്ചുമോൾ 'യെസ്' എന്ന് റിപ്ലേ നല്കി. കാത്തിരിപ്പ് രണ്ടുദിവസം നീണ്ടു. ഒരു പൂച്ചക്കണ്ണൻ... ജെറി ഡേവിഡ്. അയാളുടെ പ്രൊഫൈൽ ഫോട്ടോ ലച്ചു മോൾ ശരിക്കുംനോക്കി. കോലൻ മുടിയും വിടർന്ന ചിരിയും. ഉടക്കിവലിക്കുന്ന നോട്ടവും. 47 വയസ്സുള്ള ഒരു ബിസിനസുകാരൻ. ഇപ്പോൾ യുകെയിൽ. "എന്റെ അച്ഛനേക്കാളും അഞ്ച് വയസ്സ് കൂടും. മാസത്തിൽ പതിനഞ്ചായിരം രൂപ. രണ്ടു വർഷത്തേക്ക് മാത്രം." ലച്ചുമോൾ പ്രത്യേകം പറഞ്ഞു. "വെക്കേഷൻ സമയത്ത് ഞാൻ നാട്ടിൽ വരും. അപ്പോൾ പകൽ സമയങ്ങളിൽ എന്നോടൊപ്പംവരണം. രാത്രി വൈകി സ്കൈപ്പിലും ചാറ്റിലുംവരണം. വിളിക്കണം. രണ്ടുപേർക്കും ലാഭമുള്ള കച്ചോടം. നിനക്ക് വേണ്ടത് പണം. എനിക്കുവേണ്ടത് വരാലിനെപോലുള്ള നിന്നെ... മ്യൂച്ചൽ

ബെനിഫിറ്റുള്ള ബിസിനസ്. മ്യൂച്ചൽ ബെനിഫിറ്റിൽ സ്നേഹത്തിന് സ്ഥാനമുണ്ടോ? കച്ചവടക്കണ്ണുമാത്രം മതി. നിന്റെ വടിവൊത്ത ശരീരം, സ്വർണനാരുകൾ മിന്നുന്ന തൊലിപ്പുറം എനിക്കുവേണം..." ജെറി ഡേവിഡ് എഫ് ബി വീഡിയോ കോളിൽ പൊട്ടിച്ചിരിച്ചു. 'ആവശ്യങ്ങൾ ജീവിതത്തിന്റെ ആഴങ്ങളുടെ മേൽ തീർക്കുന്ന പാലങ്ങളാണ്. വെറും ഉപരിപ്ലവമായ പാലങ്ങൾ...'- ഏതോ സിനിമയിലെ ഡയലോഗ് കാതറിൻ ഡബ്സ്മാഷ് ചെയ്യുന്നത് പൊട്ടിച്ചിരിക്കൊപ്പം മുറിയിൽ ഉയരുന്നത് ലച്ചുമോൾ കേട്ടു.

ആകാശമണ്ണ്

വിജിനയ്ക്ക് പോകാനുള്ള ട്രെയിൻ ഒന്നാം നമ്പർ പ്ലാറ്റ്ഫോമിൽ കിതച്ചുനിന്നു. വന്യമായ ആനക്കൂട്ടങ്ങളെപോലെ അന്യദേശ മലയാളികളും ഇതരസംസ്ഥാനക്കാരും പുറത്ത് കനംവെച്ച വലിയ യാത്രാബാഗുകളുമായി അതിൽ കയറിപ്പറ്റാൻ ഇരമ്പിയാർത്തു. പുറത്തെ ചാറ്റൽ മഴയുടെ നാരുകൾ ജാഗ്രത ഇമവെട്ടിയ അവളുടെ മുഖത്ത് കിലുക്കത്തോടെ വന്നുവീണു. ചടുലമായ കാല്ചലനത്തിനൊപ്പിച്ച് അവളുടെ നോട്ടം പ്ലാറ്റ്ഫോമിന്റെ മുക്കിലും മൂലയിലും പരതി. ഊഴം കാത്തിരിക്കുന്ന ട്രോളികൾക്ക് ഇടയിൽ, ഭീമൻ ഘടികാരം തറച്ച ഭിത്തിക്ക് കീഴെ തലചാരിവെച്ചിരിക്കുന്ന സ്ത്രീയെ കണ്ടപ്പോൾ അവളുടെ കാലുകൾക്ക് കനംവെച്ചു.

ഓണാവധിക്ക് തലേദിവസം കണ്ട അതേവേഷം, ഭാവം... കറുത്ത പോർച്ചട്ടകളോട് കൂടിയ സോഡാ കുപ്പി ഗ്ലാസിനകത്ത് തിളക്കംവറ്റിയ പരിചിതമായ കണ്ണുകൾ. കറുപ്പ് മരിച്ചുതുടങ്ങിയ തെറിത്തുനില്ക്കുന്ന മുടിയിഴകൾ. ട്രെയിൻ ഇളകിത്തുടങ്ങി. സ്മാർട്ട് ഫോണിൽ അവരുടെ ഫോട്ടോ ഞൊടിയിടയിൽ പതിപ്പിച്ച് അവൾ ട്രെയിനിലേക്ക് ചാടിക്കയറി. ആളുകൾ തിക്കിത്തിരക്കുന്ന വാതിലിൽ നിന്നവൾ ആ സ്ത്രീ കണ്ണിൽ നിന്നും മായുംവരെ ഇമവെട്ടാതെ നോക്കി. ഫോണിൽ പകർത്തിയ ഫോട്ടോ കിരണിന് വാട്സ് ആപ്പ് ചെയ്തു.

കിരണിന്റെ ഫോണിനെ പെടപ്പിച്ച് ആ ചിത്രം വന്നുവീണു. വിറച്ചിലോടെ വിളിയുമെത്തി.- “കിരൺ, ഞാനവരുടെ ഫോട്ടോ വാട്സ് ആപ്പ് ചെയ്തിട്ടുണ്ട്.”

“ഉം.. ഉം നോക്കാം”- ക്ലാസിൽ പോകാനുള്ള കൂട്ടപൊരിച്ചിലിനിടെ ഷർട്ടിന്റെ കൈ തെരുത്ത് വെച്ചുകൊണ്ട് കിരൺ പറഞ്ഞു.

"നോക്കിയാൽ പോര വേഗംപോകണം. അവർ അവിടെ തന്നെ ഉണ്ട്."

"നിന്റെ ഒരു കാര്യം. എനിക്ക് ക്ലാസിൽപോകേണ്ട കാര്യം നീ മറന്നോ? വൈകിട്ട് നോക്കാം... അവർ നിന്റെ ആരാ എന്നു പറ..."

"അതൊക്കെ ഞാൻ വന്നിട്ട് പറയാം.. ഡാ. പ്ലീസ്"– വിജിന സൗമ്യതയോടെ ശഠിച്ചു.

"ങാ, ശരി.. ശരി..." കിരൺ അസ്വസ്ഥയോടെ ഫോൺ വെച്ചു.

ഓട്ടോ ഇറങ്ങി റെയിൽവേ സ്റ്റേഷനിലേക്ക് നടക്കുമ്പോൾ വിജിനയോടുള്ള ഈർഷ്യ കിരണിന്റെ മുഖത്ത് ഇളം ചുവപ്പ് പടർത്തി. ഈ എൽ ഡി സി എങ്കിലും എഴുതിയെടുക്കാൻ കഴിഞ്ഞാൽ മതിയായിരുന്നു. ഓണാവധിക്ക് അവൾ ഫ്ളാറ്റിലെത്തിയപ്പോൾ രണ്ട് ക്ലാസ് പോയി. ബിടെക് കഴിഞ്ഞ് പി എസ് സി എഴുതിയെടുക്കാൻ കോച്ചിങ് സെന്ററിൽ ജീവിതം തയ്ക്കുന്ന എന്നെ പോലുള്ളവരുടെ വ്യഥ ആരറിയാൻ? – കിരൺ അസ്വസ്ഥനായി.

തളംകെട്ടിയ ഈറൻ കാറ്റിനൊപ്പം പൊടിമീനുകളായി മഴചാറലുകൾ പ്ലാറ്റ്ഫോമിൽ പടച്ചിറങ്ങുന്നുണ്ടായിരുന്നു വിജിന സെന്റ് ചെയ്ത സ്ത്രീയുടെ ഫോട്ടോ സൂം ചെയ്യുമ്പോൾ ആ സ്ത്രീയുടെ മുഖം കൂടുതൽ വികൃതമാകുന്നതിന്റെ നീരസം അവന്റെ പുരികങ്ങൾ ചേർന്നുനിന്ന് രേഖപ്പെടുത്തി. ഫോട്ടോയിലേക്കും പ്ലാറ്റ്ഫോമിൽ കണ്ട എല്ലാ മുഖത്തേക്കും അവൻ മാറിമാറി നോക്കി. അല്പം കഴിഞ്ഞ് വെള്ളമൊലിപ്പിച്ച് കറതുപ്പിയ ഇരുമ്പുപൈപ്പിൽനിന്നും പ്ലാസ്റ്റിക് കുപ്പിയിൽ വെള്ളം നിറയ്ക്കുന്ന സ്ത്രീ അവന്റെ കണ്ണിൽപ്പതിഞ്ഞു. നീലയിൽ നേർത്ത വെള്ളക്കള്ളികളുള്ള മുഷിഞ്ഞ സാരിയും ഇനി ചുളിവീഴാൻ ബാക്കിയില്ലാത്തവിധമുള്ള വെള്ള ബ്ലൗസും. ഇതവർതന്നെ. ഫോണിൽനോക്കി അവൻ ഉറപ്പിച്ചു. മഴത്തുള്ളിക്കൊപ്പം പൈപ്പിൽനിന്നും വെള്ളച്ചാലുകൾ അവരുടെ ദേഹത്തേക്ക് ചിതറിത്തെറിച്ചുകൊണ്ടിരുന്നു.

വെള്ളകുപ്പിയുമായി ആ സ്ത്രീ ഭീമൻ ഘടികാരത്തിന് താഴെവെച്ച സൂട്ട്കേസിനടുത്തേക്ക് നടന്നു. കിരൺ അപരിചതത്വം കനംവെപ്പിച്ച ശരീരവുമായി അവരുടെ അടുത്തേക്ക് ചെന്നു.

"അമ്മേ, ഞാൻ വിജിനയുടെ ഭർത്താവാണ്..." പാതിതൊണ്ടയിൽ കുടുങ്ങിപ്പോയ ശബ്ദം വലിച്ച് പുറത്തിട്ട് കിരൺ പറഞ്ഞു. സത്യത്തിൽ അവരെ എന്തുവിളിക്കണമെന്ന സന്ദേഹത്തിലായിരുന്നു അവൻ. അപരിചിതയെങ്കിലും പ്രായം കൂടിയ ആ സ്ത്രീയെ അമ്മേ എന്നുവിളിക്കാനാണ് അവന് തോന്നിയത്. അമ്മേ എന്നുള്ള വിളി വസന്തം ഒഴിഞ്ഞുപോയ ഏതു സ്ത്രീയാണ് ഇഷ്ടപ്പെടാത്തത്. കിരൺ തൊണ്ടയിലെ കിശുകിശുപ്പ് അമർത്തിത്തുടച്ചു.

"അമ്മേ ഞാൻ വിജിനയുടെ ഭർത്താവാണ്. അവൾ പറഞ്ഞിട്ടാണ് ഞാൻ വന്നത്." –അവൻ ആവർത്തിച്ചു.

മുഖമുയർത്തി കണ്ണടയൊന്ന് നേരയാക്കി കിരണിനെ സൂക്ഷ്മമായി നോക്കി, വെള്ളക്കുപ്പി കാപ്പിനിറത്തിലുള്ള സൂട്ട് കേസിനടുത്തേക്ക് നീ

ക്കിവെച്ച് സ്ത്രീ വീണ്ടും പാളത്തിലേക്ക് കണ്ണയച്ചു. മഴ ശമിച്ചനേരം റെയിൽഗാഡിൽത്തട്ടി വെളിച്ചം വാൾ ചുഴറ്റുന്നത് നോക്കുകയായിരുന്നു അവർ. കിരൺ കൊഴുപ്പടിഞ്ഞ തന്റെ ശരീരം വരുതിയിലാക്കി തവളയെപോലെ അവർക്ക് മുന്നിൽ ഇരുന്നു. എന്നാൽ കിരണിന് അവർ മുഖംകൊടുത്തില്ല. കടന്നുപോയ ചായക്കാരനെ തിരിച്ചുവിളിച്ച് ഒരു ചായ വാങ്ങി അവൻ അവർക്ക് നീട്ടി. പുകവിറയ്ക്കുന്ന ചൂടുചായയിലും മെറൂൺ നിറമുള്ള കിരണിന്റെ കുപ്പായത്തിലും മാറിമാറിനോക്കി മുന്നോട്ടാഞ്ഞിരുന്ന് സ്ത്രീ ചായ വാങ്ങി കുടിച്ചു. അപ്പോൾ മഴയെ തുളച്ച് വെയിലുമായെത്തിയ ട്രെയിനിനെ പിടിച്ചുനിർത്താനെന്നോണം യാത്രക്കാർ അവർക്ക് മുന്നിലൂടെ ഓടിക്കൊണ്ടിരുന്നു.

ഓണാവധിക്ക് ശേഷമുള്ള ആദ്യപ്രവൃത്തി ദിവസമായതിനാൽ ബാങ്കിൽ നല്ല തിരക്കായിരുന്നു. നീണ്ട ക്യൂവിന് ഇപ്പുറം കമ്പ്യൂട്ടറിൽ ഇടപാടുകൾ രേഖപ്പെടുത്തുമ്പോൾ വിജിനയുടെ മനസ്സിൽ ആ സ്ത്രീ മാത്രമായിരുന്നു. ജോലിയിൽ പിശക് വരുമോയെന്ന ആശങ്ക അവളെ ഇടക്കിടെ ഭരിച്ചു. ഇരുട്ട്മായ്ച്ച് സ്മാർട്ട് ഫോണിൽ കിരണിന്റെ ചിരിക്കുന്ന മുഖം പ്രത്യക്ഷപ്പെട്ടു.

ഹലോ വിജി... ഞാനാണ് എല്ലാം നീ പറഞ്ഞതുപോലെ... എന്റെ ക്ലാസ് മുടങ്ങിയെങ്കിലും ആളിപ്പോൾ എന്റെ കൂടെയുണ്ട്. ഞങ്ങളിപ്പോൾ ഓട്ടോയിൽ വീട്ടിലേക്ക് പോയിക്കൊണ്ടിരിക്കയാണ്.

ഫോൺ താഴെ വെച്ച്, കസേര പിന്നോട്ടേക്ക് ആഞ്ഞുതള്ളി അവൾ മാനേജരുടെ മുറിയിലേക്ക് ഓടി.

“സാർ, രണ്ട് ദിവസം ലീവ് വേണം... അമ്മയ്ക്ക് സുഖമില്ലെന്ന് വിളിവന്നു... അവൾ ഒറ്റശ്വാസത്തിൽ പറഞ്ഞൊപ്പിച്ചു. ഒരു നിമിഷം വാച്ചിലേക്കും ക്യാബിനപ്പുറം നീണ്ടുനില്ക്കുന്ന ക്യൂവിലേക്കും മുഖം നീട്ടി മാനേജർ മനസ്സില്ലാമനസ്സോടെ സമ്മതംമൂളി. ഫ്ളാറ്റിന്റെ ഗേറ്റിന് സമീപം ഓട്ടോവന്നു നിന്നു. കിരണും അവനുപിന്നാലെ അപരിചിതത്വത്തിന്റെ നോട്ടമെറിഞ്ഞ് സ്ത്രീയും പുറത്തിറങ്ങി. സെക്യൂരിറ്റിക്കാരൻ ഈ സ്ത്രീ ആരെന്നു ചോദിച്ചാൽ എന്തുപറയുമെന്ന പരിഭ്രമത്തിലായിരുന്നു കിരൺ.

“പുതിയ സെർവന്റ് ആയിരിക്കും ല്ലേ...” സെക്യൂരിറ്റിയുടെ ചോദ്യത്തിന് ആണെന്നോ അല്ലെന്നോ വ്യക്തമാക്കാത്ത വക്രിച്ച ചിരി സമ്മാനിച്ച് കിരൺ തിടുക്കത്തിൽ നടന്നു.

ആ ഇടത്തരം ബഹുനില ഫ്ളാറ്റിന്റെ രണ്ടാംനിലയിലെത്താൻ കോണിപ്പടികൾ കയറവെ ഈ സ്ത്രീ ഇതുവരെ താന്നോടൊന്നും മിണ്ടിയില്ലല്ലോ എന്ന ചിന്തയിലായിരുന്നു കിരൺ. ആരാ എന്താ എന്നറിയാത്ത സ്ത്രീയാണ് തനിക്കൊപ്പമുള്ളതെന്ന വേവലാതിയും. ഓരോ ദിവസവും കണ്ടുമുട്ടുന്ന പലരെക്കുറിച്ചും അവൾ വാതോരാതെ സംസാരിക്കാറുണ്ട്. ബാങ്കിലെത്തുന്ന ഇടപാടുകാർ, സഹയാത്രികർ, സഹപ്രവർത്തകർ, ബന്ധുക്കൾ, പഴയ ക്ലാസ്മേറ്റ്സ്.. എന്നാൽ ഇവരെക്കുറിച്ച് അധികമൊന്നും പറഞ്ഞിട്ടില്ലല്ലോയെന്ന് കിരൺ ഓർത്തു.

സ്ത്രീ സൂട്ട്കേസും കുപ്പിയും താങ്ങിപിടിച്ച് വേച്ചുവേച്ചു കോണിപ്പടികൾ കയറി. അവർ നന്നായി കിതയ്ക്കുന്നുണ്ടായിരുന്നു. സദാ അരണ്ടവെളിച്ചം മാത്രമായിരുന്നു ആ മുഖത്ത്.

കിരൺ വാതിൽ തുറന്ന് ഫ്ളാറ്റിനകത്ത് കയറി. പിന്നാലെ സ്ത്രീയും. സന്ദർശക മുറിയിലെത്തിയ ഉടനെ അവർ സൂട്ട്കേസ് മടിയിൽ വെച്ച് സോഫായിൽ ഇരുപ്പുറപ്പിച്ചു.

“ഞാൻ ചായയെടുക്കാം. വേണമെങ്കിൽ ഒന്നു ഫ്രെഷ് ആകാം അതാ ബാത്ത് റൂം..” ഡൈനിങ് ഹാളിനോട് ചേർന്ന മുറി ചൂണ്ടി കിരൺ അടുക്കളയിലേക്ക് നടന്നു.

തിളച്ച ചായ കപ്പുകളിലേക്ക് പകരുമ്പോൾ അകത്തെ മുറിയിൽ എന്തോ വീണുടയുന്ന ശബ്ദം. ആ ഞെട്ടലിൽ അവന്റെ കൈയിലെ കപ്പിൽ നിന്നും ചുടുചായ നിറഞ്ഞുതുളുമ്പി. ചായ മേശപ്പുറത്തുവെച്ച് അവൻ അകത്തെ മുറിയിലേക്ക് ഓടി. ഭിത്തിയിൽ തൂക്കിയിരുന്ന വിജിനയുടെ സ്കൂൾ ഗ്രൂപ്പ് ഫോട്ടോ നിലത്തുവീണു ചിതറിക്കിടക്കുന്നു. മാർബിൾ തണുപ്പിൽ പേപ്പർവെയ്റ്റ് പമ്പരം കണക്കെ കറങ്ങുന്നു. അതിന് സമീപം മുടി അഴിച്ചിട്ട് ഭ്രാന്തമായ അലറുന്ന സ്ത്രീ. കിരണിന്റെ കണ്ണുകൾക്കും കാലുകൾക്കും ഒരു നിമിഷം ഉയിരറ്റു.

സ്ത്രീ മുറിയിലെ ഷെൽഫുകളെല്ലാം വലിച്ചുതുറക്കാൻ ശ്രമിച്ചു. മുറിയിൽ പലയിടത്തായി അലങ്കരിച്ചുവച്ചിരുന്ന പാവകളും ശില്പങ്ങളും പുസ്തകങ്ങളും തറയിൽ ചിതറിവീണു. ഉന്മാദം തടംവെച്ച ചുഴലിക്കാറ്റായി സ്ത്രീ കണ്ണിൽക്കണ്ടതെല്ലാം വലിച്ചെറിഞ്ഞു. ആ കാഴ്ചയുടെ ആഴം അവന്റെ നെഞ്ചിൽ യന്ത്രക്കല്ലുകണക്കെ ഭയം കനപ്പിച്ചു. കിടപ്പുമുറിയിലെ ചില്ലലമാര തുറക്കാൻ ശ്രമിക്കവെ സ്ത്രീയുടെ കൈകളിൽ കിരൺ പിടിത്തമിട്ടു. ബലപ്രയോഗത്തിനിടെ അവരുടെ സോഡാകുപ്പി കണ്ണട തറയിൽവീണു ചിതറി. അവരുടെ മുഖക്കുഴികളിൽനിന്നും ക്രൗര്യത്തോടെ ഉണ്ടക്കണ്ണുകൾ പുറത്തേക്ക് ചാടി. അവരുടെ സാരി ദേഹത്തു നിന്നും തറയിലേക്ക് ഊർന്നിറങ്ങി. കിരൺ അവരുടെ കൈകൾ പിറകിൽ നിന്ന് പിടിച്ചുകീഴ്പ്പെടുത്താൻ ശ്രമിക്കവെ മുൻവശത്തെ വാതിൽ തള്ളിത്തുറന്ന് സെക്യൂരിക്കാരനും ഫ്ളാറ്റിലെ മറ്റു താമസക്കാരും ഓടിയെത്തി. പല്ലുംനാവും പുറത്തേക്ക് തള്ളി ആ സ്ത്രീ എന്തെല്ലാമോ ഉറക്കെ പുലമ്പിക്കൊണ്ടിരുന്നു.

“എന്താപ്രശ്നം... എന്തുപറ്റി....” ചോദ്യങ്ങൾ മൂളിയാർത്തു.

“സെർവന്റിനെ വേണമെങ്കിൽ എന്നോട് പറഞ്ഞാൽ പോരായിരുന്നോ... കണ്ട കിളവികളെയും കൂട്ടിവന്നിരിക്കുന്നു. ഇവർക്ക് ഭ്രാന്താണെന്നാ തോന്നുന്നത്.” സ്ത്രീയെ പിടിച്ച് പുറത്തേക്ക് കൊണ്ടുപോകുമ്പോൾ സെക്യൂരിറ്റിക്കാരൻ പറഞ്ഞു.

അലങ്കോലമായ മുറികളിൽ ചില കണ്ണുകൾ കഥ മെനഞ്ഞുതുടങ്ങി. സംശയത്തിന്റെ മുനകൂർത്ത നോട്ടം കിരണിലും സ്ത്രീയിലും മാറിമാറി പതിഞ്ഞു. ചില മുഖങ്ങൾ അങ്ങനെ സംഭവിച്ചിരിക്കില്ലയെന്ന

മട്ടിൽ പിൻവാങ്ങി. ചിലത് സംശയം രാകിമിനുക്കികൊണ്ടിരുന്നു.

കുതറിയോടാൻ ശ്രമിച്ചുകൊണ്ടിരുന്ന സ്ത്രീയെയും വലിച്ചിഴച്ച് സെക്യൂരിറ്റികാരനും സംഘവും കോണിപ്പടിയിറങ്ങി ഫ്ളാറ്റിന്റെ പോർച്ചിൽ എത്തുമ്പോഴേക്കും പൊലീസ് ജീപ്പ് വന്നുനിന്നു. ജീപ്പിൽനിന്നും ചാടിയിറങ്ങിയ എസ് ഐയുടെ മുന്നിലേക്ക് സ്ത്രീയെ സെക്യൂരിറ്റിക്കാരൻ ആഞ്ഞുതള്ളി. എന്തെല്ലാമോ പുലമ്പിക്കൊണ്ടിരുന്ന സ്ത്രീയെ രണ്ടു വനിതാപൊലീസുകാർ തറയിലൂടെ വലിച്ചിഴച്ച് ജീപ്പിലേക്കിട്ടു. തീർത്തും അവശയായിട്ടും അവരുടെ കണ്ണിൽ ക്രോധം തിളച്ചുമറിഞ്ഞു.

ആരുടെ ഫ്ളാറ്റിലാണ് പ്രശ്നമുണ്ടാക്കിയതെന്ന എസ് ഐയുടെ ചോദ്യം കിരണിനെ പരിഭ്രാന്തനാക്കി. കൂട്ടംനിന്നവർ ഒരേനിമിഷം പിന്നിൽ നിന്ന കിരണിനെ നോക്കി.

“ഇവർ നിങ്ങളുടെ ആരാ...” മുന്നിലേക്ക് വന്ന കിരണിനോട് എസ് ഐ ചോദിച്ചു. എന്തുപറയണമെന്ന് നിശ്ചയമില്ലാതെ കിരൺ ഫോണിൽ വിജിനയുടെ നമ്പർ പരതി.

“മിസ്റ്റർ നിങ്ങളോടാണ് ചോദിച്ചത്”- എസ് ഐയുടെ വാക്കുകൾക്ക് കനംവെച്ചു.

“അത്... റെയിൽവേ സ്റ്റേഷൻ... ഭാര്യ.. അവൾ വന്നിട്ട്...”- പേടിച്ചില്ലകളിൽ കുരുങ്ങി കിരണിന്റെ വാക്കുകൾ മുറിഞ്ഞു.

“സാറേ സാറെന്തിനാണ് ഇങ്ങനെ വിയർക്കുന്നത്. ഭാര്യയുടെ ചെലവിലാണ് ജീവിക്കുന്നതെന്നുകരുതി വായതുറക്കാനും അവരുടെ സമ്മതം വേണമെന്നുണ്ടോ?”- സെക്യൂരിറ്റിയുടെ പരിഹാസംകേട്ട് ആൾക്കൂട്ടം കുലുങ്ങിച്ചിരിച്ചു. ദേഷ്യവും സങ്കടവും ഇരച്ചെത്തവെ കിരൺ സെക്യൂരിറ്റിക്കാരനെ തറഞ്ഞൊന്നുനോക്കി. അപ്പോൾ തികട്ടിവന്ന എല്ലാ വികാരവിസ്ഫോടനങ്ങളും നിർവ്വീര്യമാക്കിയവൻ തലകുനിച്ചുനിന്നു. നേരത്തെ സംശയത്തിന്റെ മുനകൂർത്ത മുഖങ്ങളിൽ കിരൺ ആ സ്ത്രീയെ ബലാത്സംഗം ചെയ്യുന്ന ദൃശ്യങ്ങൾ മിന്നിമാഞ്ഞു. സാഹചര്യങ്ങളുമായി പൊരുത്തപ്പെടാൻ പാടുപെടുന്നവന്റെ നിശ്ശബ്ദത കുറ്റവാളിയുടേതാണെന്ന വിശ്വാസമാണല്ലോ എന്നും ജനക്കൂട്ടത്തിന്.

“ഈ സ്ത്രീയെ ഇന്ന് രാവിലെയാണ് വീട്ടുവേലയ്ക്കായി ഈ സാറ് കൊണ്ടുവന്നത്.” കിരണിന്റെ വിളറിയ മുഖത്ത് അവജ്ഞയോടെ നോക്കി സെക്യൂരിറ്റികാരൻ പറഞ്ഞു.

സ്ത്രീയുടെ വീട് എവിടെയാണെന്ന് അറിയുമോയെന്ന എസ് ഐയുടെ ചോദ്യത്തിനും കിരണിന് ഉത്തരമുണ്ടായില്ല.

എന്താണ് മിസ്റ്റർ ഇത്. റെയിൽവേ സ്റ്റേഷനിലും മാറ്റും യാചിച്ചു ജീവിക്കുന്നവരെയാണോ വീട്ടുവേലയ്ക്ക് കൊണ്ടുവരുന്നത്. ഏതു തരക്കാരാ എന്നറിയാതെ അതും ഇത്രയും പ്രായംചെന്ന ഒരു സ്ത്രീയെ..” എസ് ഐ ദേഷ്യപ്പെട്ടു.

നിശ്ശബ്ദനായിരിക്കാനേ കിരണിന് കഴിഞ്ഞുള്ളൂ.

സ്റ്റേഷനിൽ വരണമെന്ന് പറഞ്ഞ് എസ് ഐ സ്ത്രീയുമായി പോയ

ഉടനെ കൂടിനിന്നവരെല്ലാം അപ്രത്യക്ഷരായി.

അലങ്കോലമായ ഫ്ളാറ്റിൽ മൂകത പറ്റിക്കിടന്നു. സ്ത്രീയുടെ ആക്രോശവും സെക്യൂരിറ്റിയുടെ പരിഹാസവും ആൾക്കൂട്ടത്തിന്റെ കൂട്ടച്ചിരിയും കിരണിന്റെ ചെവിയിൽ മുഴങ്ങിക്കൊണ്ടിരുന്നു. തറയിൽക്കിടന്ന വിജിനയുടെ സ്കൂൾ ഫോട്ടോ അവനെ കൂടുതൽ ക്രുദ്ധനാക്കി. അവൻ സോഫായുടെ കോണിൽ തലതാഴ്ത്തിയിരുന്നു. മണിക്കൂറുകൾക്ക് ശേഷം പാതിചാരിയ വാതിൽ കടന്ന് വിജിന മുറിയിലെത്തി. അവളിൽ നിന്നും ദേഷ്യത്തോടെ മുഖംവെട്ടിച്ച് അവൻ എഴുന്നേറ്റു.

"ആദ്യമായാണ് ഞാനിത്രയും ചെറുതാകുന്നത്. അവർ ആരാ എന്താ എന്നുപോലും നീ എന്നോട് പറഞ്ഞില്ല. കുറഞ്ഞത് അവർ നോർമലല്ല എന്നെങ്കിലും നിനക്ക് പറയാമായിരുന്നു. അവർ നിന്റെ ആരാ...?'' കിരൺ പൊട്ടിത്തെറിച്ചു. കണ്ണിൽ ചുവപ്പുകയറി.

"ഇങ്ങനെയൊന്നും സംഭവിക്കുമെന്ന് ഞാൻ കരുതിയതല്ല. അവൾ അവന്റെ മാറിലേക്ക് വീണ് വിതുമ്പി. ഒരുനിമിഷത്തെ നിശ്ശബ്ദതയ്ക്ക് ശേഷം അവനിലെ ചൂടൊഴിഞ്ഞുപോയി. കിരൺ അവളെ തന്റെ കരവലയത്തിലൊതുക്കി അവളുടെ നെറ്റിത്തടത്തിൽ ഉമ്മവെച്ചു.

സോഫയ്ക്കടിയിൽ അലക്ഷ്യമായി കിടന്ന ആ സ്ത്രീയുടെ നരകയറിയ കാപ്പി നിറത്തിലുള്ള സൂട്ട്കേസ് കിരൺ അമ്പരപ്പോടെ കൈയിലെടുത്തു. അത് അവന്റെ കൈയിൽനിന്നും യാദൃശ്ചികമായി താഴെവീണുമലർക്കെ തുറന്നു. അതിൽനിന്നും കുറച്ചുവസ്ത്രങ്ങളും വെട്ടുകത്തിയും സൂചിയും സിറിഞ്ചും ബ്ലേഡും പുറത്തേക്ക് തെറിച്ചു. ഭയപ്പാടോടെ വിജിന പിന്നോട്ട് മാറി.

പൊലീസ് സ്റ്റേഷനിൽ എസ് ഐക്ക് മുന്നിലിരിക്കുമ്പോൾ വിജിന കിരണിന്റെ കൈവെള്ളയിൽ അമർത്തിപിടിച്ചു. എസ് ഐ മേശപ്പുറത്തേക്ക് ആഞ്ഞിരുന്നു.

"അവർ മാഡത്തിന്റെ ആരാന്നും എന്താന്നുമടക്കമുള്ള കാര്യങ്ങൾ ഉൾക്കൊള്ളിച്ച് പരാതി എഴുതിത്തരണം"- എസ് ഐ പറഞ്ഞു.

ഞങ്ങൾക്ക് പരാതിയില്ല സാർ. ഞങ്ങൾക്ക് അവരെയൊന്ന് കണ്ടാൽ മതി- പരസ്പരം നോക്കി കിരണും വിജിനയും ഒരേസ്വരത്തിൽ പറഞ്ഞു.

"ങ്ഹും എസ് ഐ ഒന്നമർത്തി മൂളി.

അവരെ രാവിലെ മെന്റൽ ആശുപത്രിയിലേക്ക് മാറ്റി. ഇനി കാണണമെങ്കിൽ അവിടെ പോകേണ്ടിവരും. ഇന്നലെ രാത്രിയിൽ മഫ്തിയിലെത്തിയ സി ഐ സാറിന്റെ വെള്ളക്കുപ്പായം അവർ വലിച്ചുകീറി. പിടിച്ചുമാറ്റുമ്പോൾ സാറിന്റെ കൈത്തണ്ടയിൽ കടിച്ചു. പരാതിയില്ലെങ്കിലും അവരെക്കുറിച്ച് അറിയുന്ന കാര്യങ്ങൾ നിങ്ങൾ എഴുതിത്തരണം.- എസ് ഐ ആവശ്യപ്പെട്ടു.

വിജിന വിറയാർന്ന ചുണ്ടുകൾ കടിച്ചുപിടിച്ചു.

മെന്റൽ ആശുപത്രിയിൽ, പൊട്ടിച്ചിരിയായും വിലാപമായും തുറിച്ചുനോട്ടമായും മൂകതയായും ഉന്മാദം തളംകെട്ടിനിന്ന ഇടനാഴിയിലൂടെ

കിരണും വിജിനയും നടന്നു. ഭൂതകാലത്തിൽ വശംകെട്ടുപോയ കുഴഞ്ഞ കാറ്റ് അവിടെ മുരണ്ടുനിന്നു. ഏകാന്തത ഒലിച്ചിറങ്ങി ശിലാരൂപം കൈവന്ന സെല്ലുകൾ. ഇടനാഴിയുടെ ഇരുഭാഗത്തും മുഖാമുഖം നിന്ന സെല്ലുകൾക്കിടയിൽ കണ്ട ഓരോ മുഖത്തും ഒറ്റപ്പെട്ട പച്ചഞരമ്പുകൾ എഴുന്നുനിന്നു. പശ്ചാത്തലത്തിൽ അവളുടെ പാദസ്വരത്തിന്റെ ഒച്ചമാത്രം.

സൂപ്രണ്ടിന്റെ മുറിയിൽ സദാചിരിച്ചുകൊണ്ടിരുന്ന ഡോ. മുകുന്ദൻ. കിരണും വിജിനയുമല്ലേ. എസ് ഐ ശിവാനന്ദൻ വിളിച്ചിരുന്നു. പക്ഷേ അവർ നല്ല മയക്കത്തിലാണ്."

"ഇപ്പോൾ അവർക്കെങ്ങനെ?" കിരൺ ചോദിച്ചു

"കുഴപ്പമില്ല. നോർമലായിട്ടുണ്ട്."

"നടുവണ്ണൂർ ജി എച്ച് എസ് എസിൽ ഇംഗ്ലീഷിന്റെ അദ്ധ്യാപികയായിരുന്നു അവർ അല്ലേ?"

വിജിന അതെയെന്ന് ധ്വനിപ്പിച്ച് തലയാട്ടി.

എസ് ഐ അവരെക്കുറിച്ച് അന്വേഷിച്ചറിഞ്ഞു. ആ സ്കൂളിൽ നിന്നേറ്റ മാനസികക്ഷതമാണ് ടീച്ചറെ മനോരോഗിയാക്കിയത്. ടീച്ചർ കുട്ടിയായിരിക്കുമ്പോൾ അവരുടെ അമ്മ മരിച്ചു. പിന്നീട് അച്ഛനായിരുന്നു അവർക്കെല്ലാം. മകളോടുള്ള സ്നേഹം കാരണം അച്ഛൻ വേറെ വിവാഹം കഴിച്ചില്ല. മുതിർന്നപ്പോൾ രോഗിയായ അച്ഛനെ പിരിഞ്ഞിരിക്കാൻ കഴിയില്ലെന്ന ബോദ്ധ്യത്തിൽ ടീച്ചർ വിവാഹം വേണ്ടെന്നുവെച്ചു. രോഗം മൂർച്ഛിച്ചു അച്ഛനും മരിച്ചു. അതിനുശേഷം എം എ ബി എഡ് കാരിയായ അവർ ഗസ്റ്റ് അദ്ധ്യാപികയായി ആ സ്കൂളിൽ എത്തുന്നത്. ഏകാന്തത അവർക്കു ചുറ്റും മുൾവേലി തീർത്തു. അച്ഛന്റെ വെള്ളക്കുപ്പായം അവർ എപ്പോഴും കൂടെ കൊണ്ടുനടന്നു. ഇടയ്ക്കിടെ അതിൽ മുഖംതാഴ്ത്തി കരഞ്ഞു. ദിവസവും ക്ലാസ് മുറിയിലേക്ക് പോകുന്നതിനു മുൻപ് അവർ സ്റ്റാഫ് റൂമിൽ തന്റെ ബാഗ് തുറന്ന് ആ കുപ്പായത്തിന് മുത്തം നല്കി. അതു പതിവുകാഴ്ചയായപ്പോൾ വിദ്യാർത്ഥികളും അദ്ധ്യാപകരും പരിഹാസം തുടങ്ങി. – ഡോ. മുകുന്ദൻ അത്രയുംപറഞ്ഞപ്പോൾ വിയർപ്പേത് കണ്ണീരേതെന്ന് തിരിച്ചറിയാത്തവിധം വിജിന നനഞ്ഞൊട്ടിയിരുന്നു.

15 വർഷം മുൻപ് യുവജനോത്സവം നടന്ന ആ ദിവസത്തിലേക്ക് വിജിനയുടെ ഓർമ്മ കുതിച്ചു. ആളൊഴിഞ്ഞ സ്റ്റാഫ് റൂം. ടീച്ചറുടെ ബാഗ് തുറന്ന് വെള്ളകുപ്പായമെടുത്ത ദിവസം. മണിക്കൂറുകൾക്കുശേഷം ടീച്ചർ വന്ന് ബാഗ് തുറന്നപ്പോൾ ഏതോ പെൺകുട്ടിയുടെ ആർത്തവ രക്തം ഒലിച്ചിറങ്ങുന്ന അച്ഛന്റെ കുപ്പായം. ഉറക്കെ അലമുറയിട്ടുകൊണ്ട് സ്റ്റാഫ് റൂമിൽ കണ്ണിൽക്കണ്ടതെല്ലാം അവർ നശിപ്പിച്ച ആ ദിവസം.

"അന്ന് നഷ്ടമായ ആ കുപ്പായം തേടിയായിരുന്നു പിന്നീടവരുടെ യാത്ര. പക്ഷേ, ആ കുപ്പായം സ്കൂളിൽനിന്ന് എവിടെയോ നഷ്ടപ്പെട്ടിരുന്നു. ആ കൃത്യംചെയ്ത ആ പെൺകുട്ടിയെ സ്കൂളിൽനിന്നും സസ്പെൻഡ് ചെയ്തിരുന്നു. കുപ്പായം ആ പെൺകുട്ടിയുടെ പക്കലുണ്ടാകു

മെന്ന് കരുതി അവളെ തേടിയുള്ള യാത്രയിലാണ് ടീച്ചർ. വെള്ളക്കുപ്പായം ഇട്ടവരെ കണ്ടാൽ അവർക്ക് ഭ്രാന്തിളകും. അച്ഛന്റെ മണംപിടിക്കാൻ റെയിൽവേ സ്റ്റേഷന് പിന്നാമ്പുറത്തെ പൊതുചുടലയിൽ അവരിന്നും മുട്ടുകുത്തിനില്ക്കുന്നു. ചിലപ്പോൾ ചുടലയിൽ തന്നെ ഉറങ്ങുന്നു. കൗമാരമനസിൽ ആ പെൺകുട്ടിക്ക് തോന്നിയ കുസൃതി അല്ലെങ്കിൽ തമാശ... അതിനെ അങ്ങനെ വിളിക്കാമോയെന്ന് അറിയില്ല. എന്തായാലും ആ സംഭവം ടീച്ചറുടെ ജീവിതം തകർത്തു."- മേശപ്പുറത്തിരുന്ന പേപ്പർവെയ്റ്റ് കറക്കിവിട്ട് ഡോ. മുകുന്ദൻ എഴുന്നേറ്റു.

ഹൃദയം വേരറ്റുപോകുന്നതുപോലെ... ഡോ. മുകുന്ദൻ എന്തെങ്കിലും പറയുംമുൻപേ വിജിന തിടുക്കത്തിൽ പുറത്തേക്ക് നടന്നു.

അന്ന് പിന്നീട് വിജിന ഒന്നും സംസാരിച്ചില്ല. കിടപ്പുമുറിയിലെ കട്ടിലിൽ അവൾ ഒറ്റകിടപ്പായി. കിരൺ അവളുടെ അരികിൽ ഇരുന്നു. അകാരണമായ ഭയത്തിന്റെ ചങ്ങലക്കിലുക്കം അവന്റെ കാതുകളിൽ മുഴങ്ങി.

പൊടുന്നനെ അവൾ എഴുന്നേറ്റ് ചില്ലലമാര വലിച്ചുതുറന്നു. അതിന്റെ താഴെ ഷെൽഫിൽനിന്നും മടക്കിവെച്ച പ്ലാസ്റ്റിക് കവർ പുറത്തെടുത്തു. മുറിയിൽ കല്ലിച്ച നിശ്ശബ്ദതയ്ക്ക് മുകളിൽ അലോസരമായ ഒച്ചവെച്ച് പ്ലാസ്റ്റിക് കവർ ചുരുൾ നിവർത്തി. കിരണിന്റെ കണ്ണുകൾ ഒരു നിമിഷം നിശ്ചലമായി.

തലേദിവസം രാത്രി മുഴുവൻ കരഞ്ഞുവീർത്ത കൺപോളയുമായാണ് രാവിലെ വിജിന ഡോ. മുകുന്ദന്റെ മുന്നിലെത്തിയത്. അവളുടെ മുടിയിഴകൾ വേരുകൾ പോലെ ജലാംശം തേടി പുറത്തേക്ക് പറന്നു. കൺപോളയിൽ വേദനയുടെയും കുറ്റബോധത്തിന്റെയും പീലിയനക്കം ഡോക്ടർ കണ്ടു. "എനിക്ക് ടീച്ചറെ കാണണം." -അവൾ പറഞ്ഞു.

ഇരുമ്പഴി ഉറക്കെ തൊണ്ടവിടർത്തിയ സെല്ലിലേക്ക് ഡോക്ടർക്ക് പിന്നാലെ അവർ കയറി. പുറത്തെ കത്തുന്ന വെയിൽ ഇരുട്ട് കയറ്റിയ വിജിനയുടെ കണ്ണിൽ കറുത്ത നിഴലായി ജാലകത്തിന് പുറത്തേക്ക് നോക്കിനില്ക്കുന്ന ടീച്ചറുടെ രൂപം. ഇരുട്ട് ശൂന്യമാകുന്തോറും വിജിനയുടെ തല പെരുക്കാൻ തുടങ്ങി. അവൾ കിരണിന്റെ പിന്നിൽ പിടിച്ചു നില്ക്കാൻ ശ്രമിച്ചു.

"ഹലോ ടീച്ചർ"- ഡോക്ടറുടെ ശബ്ദം മുറിയിൽ പ്രതിദ്ധ്വനിച്ചു. ടീച്ചർ അപ്പോഴും ഭൂതകാലത്തിന്റെ പാളത്തിലായിരുന്നു. പ്രതികരണം ഇല്ലെന്നു കണ്ട് ഭിത്തിയോട് ചേർന്നുള്ള മേശപ്പുറത്ത് ഡോക്ടർ ഉറക്കെ അടിച്ചു ശബ്ദമുണ്ടാക്കി. പൊടുന്നനെ ഞെട്ടിത്തിരിഞ്ഞ ടീച്ചറുടെ മുന്നിൽ വിജിനയുടെ മുഖം. വർഷങ്ങൾക്കിപ്പുറവും ടീച്ചർ അവളെ തിരിച്ചറിഞ്ഞു. ടീച്ചറുടെ ചുളിവീണ ദേഹത്തെ നീലിച്ച ഞരമ്പുകളിൽ ചോര പടർന്നു കയറി.

'എടീ' എന്ന് ആക്രോശിച്ചു ടീച്ചർ വിജിനയ്ക്ക് നേരെ പാഞ്ഞടുത്തു.

പേടിച്ചുവിറച്ച് കനംവെച്ച കാലുകളുമായി പുറത്തേക്കുള്ള വാതിൽ തേടിയ വിജിനയുടെ കഴുത്തിൽ ടീച്ചർ പിടുത്തമിട്ടു. കിരണും

ഡോ. മുകുന്ദനും ടീച്ചറിൽനിന്നും അവളെ രക്ഷിക്കാൻ ഓടിയടുത്തു. ശ്വാസംകിട്ടാതെ കണ്ണുകൾ പുറത്തേക്ക് തള്ളിയ വിജിനയുടെ കൈയിൽ നിന്നും ടീച്ചറുടെ നരകയറിയ കാപ്പിനിറത്തിലുള്ള സൂട്ട്കേസ് തറയിലേക്ക് ഊർന്നുവീണു. സൂട്ട്കേസിൽനിന്നും വഴുതിവീണ പ്ലാസ്റ്റിക് കവറിൽ നിന്നും വെള്ളകുപ്പായം പുറത്തേക്ക് തലനീട്ടി. പൊടുന്നനെ ടീച്ചർ വിജിനയുടെ കഴുത്തിൽനിന്നും പിടിവിട്ട് തറയിൽ മുട്ടുകുത്തിയിരുന്ന് വെള്ള കുപ്പായമെടുത്തു മൂക്കോടടുപ്പിച്ച് വിതുമ്പി. കുപ്പായത്തിൽ തുരുതുരെ ഉമ്മവെച്ചു. അച്ചരന്റെ മണം അവരുടെ ഓർമ്മയിലേക്ക് ഒഴുകിപരന്നു. അവരുടെ രോമകുത്തുകൾ എഴുന്നുനിന്നു. കുപ്പായത്തിൽ അങ്ങിങ്ങായികിടന്ന കറുത്ത ആർത്തവരക്തപാടുകളിൽ ടീച്ചറുടെ കനപ്പടിയുള്ള കണ്ണീർത്തുള്ളികൾ വീണുരുണ്ടു. കുപ്പായമെടുത്ത് എഴുന്നേല്ക്കാൻ ശ്രമിച്ച ടീച്ചർ മൺകുടംകണക്കെ വലിയശബ്ദത്തിൽ നിലംപൊത്തി. വീഴ്ചയുടെ ആഘാതത്തിൽ അവരുടെ മൂക്കിൽനിന്നും വായിൽനിന്നും ഒഴുകിപരന്ന ചോര വെള്ളകുപ്പായത്തിലെ ആർത്തവരക്തപാടുകൾക്ക് ശോണിമ പകർന്നു. വിജിന അലമുറയിട്ട് കരഞ്ഞ് ടീച്ചറെ കുലുക്കി വിളിക്കാൻ വൃഥാശ്രമിച്ചുകൊണ്ടിരുന്നു. ഉന്മാദത്തിന്റെ പാളം കയറിയ അവളുടെ ഉറക്കെയുള്ള കരച്ചിലിൽ ഏകാന്തത ഒലിച്ചിറങ്ങിയ സെല്ലുകൾ ഒന്നടങ്കം കുലുങ്ങി. കിരണിനെയും ഡോ. മുകുന്ദനെയും തള്ളിമാറ്റി പുറത്തേക്ക് ഓടാൻ തുടങ്ങിയ വിജിനയുടെ കൈയിലെ വളപ്പൊട്ടുകൾ തറയിൽ വീണ് ചിന്നിച്ചിതറുന്നത് ടീച്ചറുടെ ഇനിയൊരിക്കലും അടയാത്ത കണ്ണുകൾ തുറിച്ചുനോക്കിക്കൊണ്ടിരുന്നു.

അനുബന്ധം

ഏകാഗ്രമായ ഭാവഗീതം

പ്രശാന്തി അമരാവതി

ഒരു കൃതി, രാഷ്ട്രീയ സാമൂഹിക മാനങ്ങളെ വെളിപ്പെടുത്തി അവയുടെ പ്രസക്തി പുനർനിർണ്ണയം ചെയ്യുമ്പോൾ അത് ലക്ഷ്യപ്രാപ്തി കൈവരിക്കുന്നുവെന്നാണ് പ്രശസ്ത അമേരിക്കൻ നിരൂപകനായ ഫ്രെഡറിക് ജയിംസൺ അഭിപ്രായപ്പെട്ടത്. രാഷ്ട്രീയ സാമൂഹ്യ രംഗങ്ങളിൽ ഉണ്ടാകുന്ന സംഭവഗതികൾ ലോകത്തെ എങ്ങോട്ട് നയിക്കുന്നു എന്ന ആശങ്കകൾ അതിന്റെ പ്രസക്തി പുനർനിർണ്ണയിക്കുന്നു. കഥകൾ കൈകാര്യം ചെയ്യുന്ന രാഷ്ട്രീയം സമകാലീന സാഹചര്യങ്ങളെയും സാംസ്കാരിക നിർമ്മിതികളെയും അടയാളപ്പെടുത്തുന്നു. വ്യക്തി മനോവ്യാപാരങ്ങളുടെ സൂക്ഷ്മതലങ്ങൾ തൊട്ടറിയാനും സമൂഹത്തിലെ രാഷ്ട്രീയ സ്പന്ദനങ്ങൾ അടയാളപ്പെടുത്തുവാനും ശേഷിയുള്ളവയായിരിക്കും അവ. ജീവിതത്തെ ആവിഷ്കരിക്കുമ്പോൾ അതൊരു കണ്ണാടിയായി പരിണമിക്കും. അത് അന്വർത്ഥമാകുകയാണ് മിഥുൻ കൃഷ്ണയുടെ *ചൈനീസ് മഞ്ഞ*യിൽ.

ജീവിതത്തിലെ ഏതെങ്കിലും സന്ദർഭത്തിലേക്ക് നടത്തുന്ന പ്രയാണം. ആ പ്രയാണം തികച്ചും ഏകാഗ്രവും ഭാവഗീതത്തിന് തുല്യവും. അവിടെ മൗനംപോലും ധന്യാത്മമാകുകയാണ്. വാചാലതകളും അമിതാലങ്കാര കല്പനകളുമില്ല. ഒരു ക്യാൻവാസിലെന്നപോലെ ലളിതമായ ഭാഷയിലൂടെ, കടന്നുപോകുന്ന കാലത്തെ സാംസ്കാരികമായും രാഷ്ട്രീയപരമായും അന്വേഷിക്കുകയാണ് *ചൈനീസ് മഞ്ഞ*. എഴുത്ത് ഇവിടെ സ്ത്രീപക്ഷത്താണ്, പ്രകൃതിപക്ഷത്താണ്. മനുഷ്യപക്ഷത്താണ്. അധികാരവും പൗരോഹിത്യവും വ്യക്തിയെ നിയന്ത്രിക്കാൻ രൂപപ്പെടുത്തുന്ന അലിഖിത നിയമങ്ങൾ എപ്രകാരം സാമൂഹിക ജീവിതങ്ങളെ പ്രതിലോമകരമായി ബാധിക്കുന്നുവെന്ന് ഇവിടെ കാണാം.

'ചൈനീസ് മഞ്ഞ'യിലെ കശാപ്പുകാരനായ ചന്ദ്രുവും പട്ടംവില്പന ക്കാരനും ആരെയും സ്നേഹിക്കാത്ത ആരാലും സ്നേഹിക്കപ്പെടാതെ മനുഷ്യത്വം നശിച്ചവരാണ്. ചന്ദ്രുവിന് ലൈംഗികതപോലും കശാപ്പാകുന്നു. തന്റെ നിലനില്പിനപ്പുറം മറ്റൊന്നിനെക്കുറിച്ചും ചിന്തിക്കാത്ത പട്ടംവില്പനക്കാരൻ. സമകാലീന പ്രസക്തമായ സാമൂഹ്യ രാഷ്ട്രീയ പ്രശ്നത്തിലേക്കാണ് ഈ കഥ കൂട്ടിക്കൊണ്ടുപോകുന്നത്.

രക്തബന്ധങ്ങൾക്ക് പോലും വിലകല്പിക്കാത്ത നരാധമന്മാർക്ക് പ തിയിരിക്കാൻ പാകത്തിൽ അധപ്പതിച്ച സമൂഹമാണ് 'രണ്ടാമത്തെ കാരണ'ത്തിൽ. പൊതുധാരയിൽ പ്രവർത്തിക്കുന്ന സ്ത്രീ ആയിട്ടുപോലും കുടുംബവ്യവസ്ഥയുടെ പാരതന്ത്ര്യം അനുഭവിക്കുന്ന ശാലിനി. പരിചിത ഇടങ്ങളിൽനിന്ന് രക്ഷപ്പെട്ട് അപരിചിതങ്ങളിലേക്ക് യാത്ര പോകാൻ കൊ തിക്കുന്ന വീട്ടമ്മ.

ജീവജാലങ്ങളും ആവാസവ്യവസ്ഥയും അപകടത്തിലാണെന്നും ജാതിമതചിന്തയിൽ കലുഷിതമായ മാനവഹൃദയത്തിൽ സഹജീവിക ളെകുറിച്ചുള്ള ചിന്ത, പരിഗണനന എന്നിവ അകറ്റപ്പെട്ടിരിക്കുന്നുവെന്ന് 'എലീശൻ' എന്ന കഥ ബോദ്ധ്യപ്പെടുത്തുന്നു. എലിയെപോലും ദൈവ മായി കാണുന്ന കാലം വിദൂരമല്ല എന്ന മുന്നറിയിപ്പ്. വർഗ്ഗീയവാദിക ളുടെ അന്ധമായ മതവിശ്വാസത്തെയും മനുഷ്യത്വരാഹിത്യത്തെയും അട യാളപ്പെടുത്തുന്നു.

ഒറ്റപ്പെട്ട്, വ്യവസ്ഥിതിയിൽനിന്നും അന്യവല്ക്കരിക്കപ്പെട്ട് കഴിയു ന്ന സ്മേരയും അമ്മയുമാണ് 'സ്മേര ജീവനി'ൽ. കറുപ്പുമൂടിയ ആകാ ശത്തും മകൾക്കായി ഒരു തുണ്ട് നീലാകാശം കരുതിവയ്ക്കുന്ന കണ്ണു പൊട്ടിയായ അമ്മ. കറുത്തതുകൊണ്ട് വിചാരണ ചെയ്യപ്പെടുന്ന വെളു ത്ത പെൺകുട്ടിയുടെ അമ്മ.

പരിഷ്കൃതമെന്ന് അവകാശപ്പെടുന്ന സമൂഹത്തിന്റെ കടന്നാക്രമ ണത്തിൽ തങ്ങളുടെ കിടപ്പാടവും തൊഴിലും നഷ്ടപ്പെടുന്ന ആദിവാസി, ദളിത് ജീവിതമാണ് കാറ്റാടിമൂപ്പനിൽ.

വാർദ്ധക്യത്തോട് പുറംതിരിഞ്ഞവർക്ക് നേരെയുള്ള ഫ്ളാഷ്ലൈ റ്റാണ് 'പാസ്പോർട്ട് സൈസ് ഫോട്ടോ' ഭർത്താവ് മരിച്ച കുഞ്ഞൂട്ടിയമ്മ യുടെ വൈധവ്യത്തിന്റെയും ഒറ്റപ്പെടലിന്റെയും കഥ. മൂല്യങ്ങളും ഊഷ് മളതയും നഷ്ടപ്പെട്ട ബന്ധങ്ങൾ. സ്വന്തംവീട്ടിലും ഉപേക്ഷിക്കപ്പെടുന്ന വൃദ്ധമാതാവിന്റെ ദുരവസ്ഥ.

വിധിയുടെ ക്രൗര്യത്തിൽ ഒറ്റപ്പെടുന്ന കുട്ടിയും അമ്മച്ചിയുമാണ് 'ബ്ലൂ ടിക്കി'ലുള്ളത്. ആത്മഹത്യചെയ്ത അമ്മയുടെ പ്രതിരൂപമായി പൂമ്പാറ്റ കളെ കാണുന്ന ആബമോൻ. രണ്ട് മക്കളും മരുമകളും ഭർത്താവും മരിച്ച് ജീവിതത്തിന് മുന്നിൽ പകച്ചുനില്ക്കുന്ന അമ്മച്ചി.

വിദ്യാസമ്പന്നയും ഉദ്യോഗസ്ഥയുമായിട്ടും ഭർത്താവിന്റെ ജല്പന ങ്ങൾക്കും ചതുവരവടികൾക്കും ഇടയിൽപ്പെട്ടുപോകുന്ന അമ്മയാണ് 'അച്ചുവിന്റെ അമ്മ'യിൽ. ഏകാന്തതയുടെ തടവറയിൽനിന്നും സൈബർ

ലോകത്തേക്ക് കടക്കുന്ന സ്ത്രീ. സ്ത്രീക്ക് സ്വതന്ത്രയാകാൻ പുരുഷന്റെ തണൽ ആവശ്യമില്ലെന്ന് പ്രഖ്യാപിക്കുന്ന പശ്ചാത്തലം. 'തീരം', 'ഒറ്റമരങ്ങൾ' എന്നീ കഥകളും മനുഷ്യബന്ധത്തിന്റെ ആഴവും പരപ്പും അളക്കുന്നതാണ്.

ഇത്തരത്തിൽ സമകാലീന ആകുലതകൾ ഒപ്പിയെടുത്ത് ആവിഷ്കരിക്കുമ്പോൾ ജീവിത സ്പർശിയായ കഥകൾ ജന്മമെടുക്കുന്നു. കരുത്തിന്റെയും കണ്ണീരിന്റെയും ചോരയുടെയും വിയർപ്പിന്റെയും നിറങ്ങൾ അവ മാറിമാറി അണിയുന്നു. ഭാഷ ശാന്തമായി കലഹങ്ങൾ രചിക്കുന്നു. അവ അക്ഷോഭ്യമായി കിരാതാവസ്ഥകളെ വെല്ലുവിളിക്കുന്നു. വാക്കുകളിൽ ശക്തമായ ലോകങ്ങൾ ഒളിപ്പിച്ചുവെച്ച കരുത്തുറ്റ കഥകൾ. മിക്ക കഥകളിലെയും കേന്ദ്ര കഥാപാത്രം സ്ത്രീകളാണെന്നുള്ളത് ശ്രദ്ധേയം. അരോചകമാകാതെ വായനക്കാരനെ മുറിപ്പെടുത്തുകയാണ് *ചൈനീസ് മഞ്ഞ*. ഉൾക്കാഴ്ചയുടെ തീഷ്ണത പകരുന്ന ഈ കഥകൾ പുതുശബ്ദങ്ങളായി ജീവിതോർജ്ജം അക്ഷരങ്ങളിലൂടെ ജ്വലിപ്പിക്കുന്നു.

(*ദേശാഭിമാനി* വാരാന്തപതിപ്പ്)

നമ്മളും നമ്മുടെ ഇടങ്ങളും

മീര കെ എസ്

വ്യവസ്ഥിതിയുടെ ചൈനീസ് മഞ്ഞകളിൽ കുരുങ്ങി ഉടൽ നഷ്ടപ്പെട്ട വെറും ശിരസ്സുകളായി മാറുന്ന സമൂഹത്തിന്റെ മുഴുവൻ ദൈന്യതയും മനോഹരമായ ഫ്രെയിമുകളായി വായനക്കാരന്റെ മുന്നിൽ തെളിയുകയാണ് *ചൈനീസ് മഞ്ഞ*യിൽ.

കശാപ്പുകാരൻ ചന്ദ്രു, പട്ടം വില്പനക്കാരൻ എന്നിവർ പ്രധാനകഥാപാത്രങ്ങളാകുന്ന കഥയാണ് 'ചൈനീസ് മഞ്ഞ'. ഇരയും വേട്ടക്കാരനും എന്ന സ്ഥിരം പറച്ചിലിനപ്പുറത്തേക്ക്; മാർദ്ദവമില്ലായ്മയുടെ, മറ്റുള്ളവരിൽ അറപ്പും ഭയവും ഉണ്ടാക്കുന്ന ശീലങ്ങളുടെയൊക്കെ ഉടമയായി ഒരാൾ മാറുമ്പോൾ ആരോ പറഞ്ഞ വാക്കുകൾ കാതിൽ മുഴങ്ങുന്നു. 'ഞാൻ ഇടയ്ക്കെങ്കിലും വേട്ടക്കാരനെയും ഓർമ്മിക്കുന്നു.' അയാളെ ഇത്തരത്തിൽ നിർമ്മിച്ചെടുത്ത സമൂഹത്തിന്, മറ്റെന്തൊക്കെയോ കാരണങ്ങൾക്ക്, ഒരു നിമിഷമെങ്കിലും എന്നോ മരിച്ചു കഴിഞ്ഞ അയാളിലെ മനുഷ്യനു വേണ്ടി ഒരു തുള്ളി കണ്ണുനീർ നല്കുകയെന്നത് അധികമാകുന്നില്ല.

വിശാലമായ വഴിയിടങ്ങളിലേക്ക് നടന്നു തുടങ്ങുമ്പോഴും ചില പിൻവിളികളാൽ അടയാളപ്പെടുന്ന സ്ത്രീയുടെ ഇടം എന്നൊന്ന് വ്യക്തമായി പറയുകയാണ് 'രണ്ടാമത്തെ കാരണം'. സമകാലിക രാഷ്ട്രീയത്തിന്റെ അപകടകരമായ വഴിതിരിയലിനെക്കുറിച്ച്, മാനവികതയ്ക്കപ്പുറം, ജാതീയമായ ജീർണ്ണതകളിൽ നിന്നു പുറത്തു കടക്കാനാകാതെ കുഴങ്ങുന്ന മനുഷ്യനെക്കുറിച്ച് ചിന്തിപ്പിക്കുന്നതാണ് 'എലീശൻ'. രക്തബന്ധങ്ങൾക്കപ്പുറം ഉള്ളിൽ തെളിയിക്കാൻ കഴിയുന്ന കരുതലിന്റെ മെഴുതിരിവെട്ടങ്ങളെ ഓർമ്മിപ്പിക്കുന്ന 'സ്മേര ജീവൻ'. അരികുവല്ക്കരിക്കപ്പെടുന്ന ജീവിതങ്ങളുടെ ഇരുട്ട് നൊമ്പരമായി ചുട്ടു പൊള്ളിക്കുന്ന

'കാറ്റാടി മൂപ്പൻ'. ഉപേക്ഷിക്കപ്പെടലിന്റെ വേദനയെയും ദൃഢത കൈമോശം വരുന്ന, അരികുകളിൽനിന്ന് ക്രോപ്പ് ചെയ്തു മാറ്റപ്പെടുന്ന ബന്ധങ്ങളുടെ നിരർത്ഥകതയെയും കുറിച്ചുള്ള നേർക്കാഴ്ചയാകുന്നു 'പാസ് പോർട്ട് സൈസ് ഫോട്ടോ'. വിശാലമായ ആകാശത്തിലേക്ക് പറന്നുപോകുന്നവർ തിരികെ വരില്ലെന്ന അറിവിലും പാറിപ്പറക്കലിന്റെ സന്തോഷം കണ്ടുകൊണ്ട് ഒറ്റയാകലിന്റെ കണ്ണുനീർ കൈപ്പത്തി നീർത്തി തുടച്ചു മാറ്റി ചിരിക്കുന്നവരെപ്പറ്റിയുള്ള 'ബ്ലൂ ടിക്ക്'. ഏകാന്തതയുടെ ഇരുട്ടിൽ ഒരു കീറ് വെളിച്ചം പോലും മനുഷ്യൻ ആർത്തിയോടെ നെഞ്ചോടു ചേർക്കുന്നു എങ്കിലും സ്ത്രീക്ക് സ്വതന്ത്രയാകാൻ ഒരു പുരുഷന്റെയും തണൽ ആവശ്യമില്ല എന്ന ഉറപ്പുള്ള പറച്ചിൽ 'അച്ചുവിന്റെ അമ്മ'. ആരോ എഴുതിയ തിരക്കഥയിൽ തിരുത്തൽ വരുത്തുവാൻ ആകാതെ നിസ്സഹായരായ മനുഷ്യരുടെ ചിതറിയ ചിത്രങ്ങളാണ് 'ഒറ്റമരങ്ങൾ', 'തീരം' എന്നിവയിൽ. എഴുത്തിൽ നമ്മളൊക്കെത്തന്നെയാണ്. നമ്മുടെ ഇടങ്ങളൊക്കെത്തന്നെയാണ്.

ഋജുവായ ആഖ്യാനരീതി, ഭ്രമാത്മകമായ സാഹിത്യ സ്വഭാവം എന്നിവയുടെ സ്വാഭാവികമായ ഇടകലരൽ കഥകൾക്ക് വായനയുടെ മറ്റൊരു തലംകൂടെ നല്കുന്നു. പ്രകൃതിയിലും മനുഷ്യനിലും നിഗൂഢമായിരിക്കുന്ന എന്തിനെയോ ഒക്കെ ഈ എഴുത്ത് പ്രകാശിപ്പിക്കുന്നു. ഭൂതകാലത്തിന്റെ സ്വാംശീകരണം എന്നതിലുപരി വർത്തമാനകാലത്തിലേയ്ക്കും ഭാവികാലത്തിലേക്കും തിരിച്ചു വെയ്ക്കപ്പെടുന്ന ദർപ്പണം കൂടിയാകുമ്പോൾ കല അതിന്റെ സാമാന്യ രൂപത്തിൽനിന്ന് ഉയർത്തപ്പെടുന്നു. വിരസമാക്കാതെ ഒതുക്കിപ്പറയലിന്റെ കൈയടക്കം. ലളിതമായ കഥപറച്ചിൽ രീതി ഇവയൊക്കെ കൊണ്ടുതന്നെ മുൻപ് കടന്നു വന്നിട്ടുള്ള വിഷയങ്ങൾ പോലും ആവർത്തനം അനുഭവിപ്പിക്കാത്ത പുതിയ കഥകളായി വായനക്കാരന് ഹൃദയത്തോട് ചേർത്തു വെയ്ക്കാൻ കഴിയുന്നു. മൂർച്ചയുള്ളതാണീ കഥകൾ. നിസ്സഹായതയുടെ പുറമ്പോക്കുകളിൽനിന്ന് നമുക്കു മേൽ പതിക്കുന്ന തീക്ഷ്ണമായ നോട്ടങ്ങൾ നേരിടാനാകാതെ ശിരസ്സു കുനിക്കേണ്ടി വരുന്ന, ഊക്കുള്ള വാക്കുകൾ ചേർത്തു വെച്ച കഥകൾ.

(മാധ്യമം വാരാദ്യം)

9 789387 842960

Printed by Libri Plureos GmbH in Hamburg,
Germany